പാവങ്ങളുടെ പട്ടക്കാരൻ
മണ്ഡപത്തി ലച്ചൻ

റെനി കെ ജേക്കബ്

BlueRose ONE.com
Stories Matter
NewDelhi • London

BLUEROSE PUBLISHERS
India | U.K.

Copyright ©v Reni K Jacob 2024

All rights reserved by author. No part of this publication may be reproduced, stored in a retrieval system or transmitted in any form or by any means, electronic, mechanical, photocopying, recording or otherwise, without the prior permission of the author. Although every precaution has been taken to verify the accuracy of the information contained herein, the publisher assume no responsibility for any errors or omissions. No liability is assumed for damages that may result from the use of information contained within.

BlueRose Publishers takes no responsibility for any damages, losses, or liabilities that may arise from the use or misuse of the information, products, or services provided in this publication.

For permissions requests or inquiries regarding this publication, please contact:

BLUEROSE PUBLISHERS
www.BlueRoseONE.com
info@bluerosepublishers.com
+91 8882 898 898
+4407342408967

ISBN: 978-93-5989-838-4

Cover design: Christina Mathews
Typesetting: Tanya Raj Upadhyay

First Edition: February 2024

Table of Contents

ആമുഖം 1

അവതാരിക 3

ഡോ. ജോസഫ് മാർ ബർന്നബാസ്

സഫ്രഗൻ മെത്രാപ്പോലീത്താ

ഭാഗം -1 പാവങ്ങളുടെ പട്ടക്കാരൻ 7

ഓർമ്മക്കുറിപ്പ് 8

റവ. പി. ഐ. ജേക്കബ്

കൃപയുടെ തണലിൽ 14

സി. ജി. ഡേവിഡ് കശീശാ

ലാഭമായതൊക്കെയും... 17

ജോയി തെക്കുംപുറം

കുരിശു വഹിക്കുന്ന പട്ടക്കാരൻ 20

റവ. സി. ഇ.ഏബ്രഹാം

ഓർമ്മകളുടെ താളുകൾ മറിക്കുമ്പോൾ 21

എൻ.എൽ.മത്തായി, ഇരവിപേരൂർ

റവ. പി.ഐ. ജേക്കബ് ജാതികളുടെ അപ്പൊസ്തലൻ 25

കെ.എം. ചാക്കോ

മണ്ഡപത്തിലച്ചനോട് എനിക്കുള്ള ബന്ധം 29

റവ. പി.വി ഏബ്രഹാം

മാർത്തോമ്മാ സഭയുടെ ദീനബന്ധു –
മണ്ഡപത്തിലച്ചൻ 32

റവ. റ്റി. ബി. ജോൺ

മണ്ഡപത്തിലച്ചന്റെ കാലം 37

റവ. സി. റ്റി. ജോൺ, പുനലൂർ
മണ്ഡപത്തിലച്ചൻ വിനീതനായ ഒരു ക്രൈസ്തവ ദാസൻ 40

മാമ്മൻ ഫിലിപ്പ്
പൗരോഹിത്യശുശ്രൂഷയിൽ സപ്തതി തികച്ച ബഹു. മണ്ഡപത്തിൽ അച്ചൻ 42

റവ. ഐ. സി. ഫിലിപ്പ്
മണ്ഡപത്തിലച്ചൻ 44

റവ.ഫിലിപ്പ് ഈശോ, പുത്തൻകാവ്
മണ്ഡപത്തിൽ പി.ഐ.ജേക്കബ് അച്ചൻ മലങ്കരസഭയിലെ മിഷൻ സൗന്ദര്യം 47

റവ.ഡോ.ജോസഫ് ദാനിയേൽ
പാവങ്ങളുടെ ഇടയൻ 52

ജോസഫ് ചാക്കോ
ഭാഗം – 2 സഭയുടെ ദൗത്യം 59
ദലിത് സാമൂഹികത നേരിടുന്ന വെല്ലുവിളികളും സഭയുടെ പ്രതികരണവും 60

റവ.ഉമ്മൻ വി. വർക്കി
ജാതീയതയിൽ നിന്ന് ക്രിസ്തീയതയിലേക്ക് 73

റവ. ഡോ.എബ്രഹാം കുരുവിള
ഒരു ദളിത് പക്ഷ വിചാരം 99

സത്യൻ ഓതറ
ഇടവക ഒരു സാക്ഷ്യ സമൂഹം 108

റെനി കെ. ജേക്കബ
MISSION OF THE CHURCH TODAY 116

Reni K. Jacob
മണ്ഡപത്തിലച്ചൻ – ഒരനുസ്മരണം 136

ആമുഖം

ഒരു പട്ടക്കാരൻ എങ്ങനെ ആയിരിക്കണം. തന്റെ ശുശ്രൂഷ നിർവ്വഹിക്കേ ത് എന്നതിന്റെ ഉത്തമ ഉദാഹരണമാണ് മണ്ഡപത്തിലച്ചന്റെ ജീവിതം. വേറിട്ട വഴിയിലൂടെ അച്ചൻ സഞ്ചരിച്ചു. അച്ചൻ മിഷനറിയായി പ്രവേശിക്കുമ്പോൾ സുവിശേഷ സംഘത്തിൽ പിന്നോക്ക സമുദായ സഭകളുടെ എണ്ണം 26 ആയിരുന്നെങ്കിൽ അച്ചൻ ചാർജ്ജ് വിടുമ്പോൾ സഭകളുടെ എണ്ണം 85 ആയി വർദ്ധിച്ചിരുന്നു. കിഴക്ക് മുട്ടപ്പള്ളി മുതൽ പടിഞ്ഞാറ് കടൽതീരം വരെ വ്യാപിച്ച് കിടന്നിരുന്ന ഈ ഇടവകകളുടെ ഏക പട്ടക്കാരനായിരുന്നു അദ്ദേഹം.

ഈ സഭകൾക്ക് വേ ി ചാപ്പലുകൾ നിർമ്മിക്കുവാനും അക്ഷരാഭ്യാസമില്ലാത്ത ജനങ്ങളുടെ അഭ്യസനത്തിനായി സ്കൂളുകൾ സ്ഥാപിക്കുവാനും അദ്ദേഹം സഹായിച്ചു. ഒരു വിദഗ്ദ ഹോമിയോ ഡോക്ടർ കൂടിയായിരുന്ന അച്ചൻ. രോഗികളെ സന്ദർശിച്ച് അവർക്കുവേ ി പ്രാർത്ഥിച്ച് മരുന്ന് കൊടുത്ത് ആശ്വാസം നല്കി. അവശ സമുദായങ്ങളിൽ പെട്ടവരെ സവർണ്ണജാതിക്കാർ തൊടുവാൻ പോലും അറച്ചിരുന്ന ആ കാലത്ത് അച്ചൻ അവരുടെ വീടുകളിൽ കയറി ഇറങ്ങുകയും അവരോട് ഒരുമിച്ചിരുന്ന് ഭക്ഷണം കഴിക്കുകയും അവരുടെ പുരോഗതിക്ക് വേ എല്ലാ സഹായങ്ങളും ചെയ്തുകൊടുക്കുകയും ചെയ്തു, പഠിക്കുവാൻ താല്പര്യമുള്ള കുട്ടികളെ ക ത്തി അവർക്ക് മാസംതോറും ഫീസും മറ്റു സഹായങ്ങളും നൽകി അദ്ദേഹം പ്രോത്സാഹിപ്പിച്ചു. ഇന്ന് മദ്ധ്യ തിരുവിതാംകൂറിൽ അവശസമുദായ ഇടവകകളിൽപ്പെട്ട ഉന്നത ഉദ്യോഗസ്ഥരായ പല ആളുകളും മണ്ഡപത്തിൽ അച്ചന്റെ ഈ പ്രത്യേക പരിലാളനം ഏറ്റു വളർന്നവരാണ്.

ഒരു നല്ല പ്രസംഗകൻ, ഒരു നല്ല എഴുത്തുകാരൻ, ഒരു നല്ല ഇടവക പട്ടക്കാരൻ എന്നീ നിലകളിൽ മണ്ഡപത്തിലച്ചൻ ശോഭിച്ചിരുന്നു. അച്ചന്റെ ഉടമസ്ഥതയിൽ പ്രസിദ്ധീ

കരിച്ചിരുന്ന ആത്മപ്രകാശിനി എന്ന മാസിക ഒരു കാലത്ത് ക്രിസ്തീയ ഭവനങ്ങളിൽ വലിയ സ്വാധീനം വഹിച്ചിരുന്നു. അച്ചന്റെ ഉടമസ്ഥതയിൽ ചെങ്ങന്നൂരിൽ പ്രവർത്തിച്ചിരുന്ന ക്രിസ്ത്യൻ പ്രസ് ബുക്ക് ഡിപ്പോ വേദപുസ്തകവും, മറ്റു ഉത്തമ ക്രിസ്തീയ ഗ്രന്ഥങ്ങളും പ്രചരിപ്പിക്കുന്നതിൽ ഒരു വലിയ സേവനം നിർവ്വഹിച്ചിരുന്നു. 70 വർഷം പട്ടക്കാരനായിരുന്ന അദ്ദേഹം മരിക്കുമ്പോൾ 98 വയസ്സ് പ്രായമു ായിരുന്നു. അച്ചന്റെ ജീവിതം പട്ടക്കാർക്ക് വിശ്വാസ സമൂഹത്തിനും ഒരു തുറന്ന പാഠപുസ്തകമാണ്. മദ്ധ്യ തിരുവിതാകൂറിൽ കിഴക്കുതൊട്ട് പടിഞ്ഞാറ് വരെ ഒരു സൈക്കിളിൽ യാത്ര ചെയ്ത് വിശ്രമരഹിതമായി ക്രിസ്തീയ ശുശ്രൂഷ നിർവ്വഹിച്ചു. ദൈവരാജ്യത്തിന്റെ കെട്ടുപണിയിൽ നിസ്തുല്യമായ സംഭാവനകൾ കാഴ്ച വച്ച മണ്ഡപത്തിൽ അച്ചന്റെ വിലയേറിയ ജീവിതവും സാക്ഷ്യവുമോർത്ത് ദൈവത്തെ സ്തുതിക്കുന്നു.

ഈ പുസ്തകത്തിന്റെ രചനയിൽ സഹായിച്ചവർ, ലേഖനങ്ങൾ എഴുതിയവർ, വിവരങ്ങൾ സമാഹരിക്കാൻ സഹായിച്ച കുടുംബാംഗങ്ങൾ, പ്രത്യേകിച്ച് അവതാരിക എഴുതുകയും ഈ പുസ്തകം സഭാ പ്രസിദ്ധീകരണങ്ങളിൽ നിന്നുള്ള ചില ലേഖനങ്ങൾ കൂടി ഉൾപ്പെടുത്തി തയ്യാറാക്കാൻ പ്രോത്സാഹിപ്പിക്കുകയും ചെയ്ത അഭിവന്ദ്യ ജോസഫ് മാർ ബർന്നബാസ് സഫ്രഗൻ മെത്രാപ്പോലീത്തായോടുമുള്ള നന്ദി അറിയിക്കുന്നു.

അവതാരിക

മലങ്കര മാർത്തോമ്മാ സുറിയാനി ക്രിസ്ത്യാനി സുവിശേഷ പ്രസംഗസംഘം ആവിർഭവിച്ച വർഷം തന്നെ യാണ് വന്ദ്യ മണ്ഡപത്തിലച്ചൻ (പി.ഐ. ജേക്കബ് കശീശ്ശ) ജനിച്ചത് (1889). പുത്തൻകാവിൽ കടവിലേ വീട്ടിൽ മാത്തൻ ഇടിക്കുളയുടെയും ചെങ്ങന്നൂർ പൂവത്തൂർ അന്നാ മ്മയുടെയും പത്ത് മക്കളിൽ ഒരുവനായ് വളർന്നു. പകരം വയ്ക്കുവാൻ കഴിയാത്ത മാതൃകകൾ തന്റെ ശുശ്രൂഷാതല ങ്ങളിൽ എല്ലാം പകർന്നു നൽകിയാണ് അച്ചൻ നമ്മെ വിട്ടുപോയത്.

വിദ്യാഭ്യാസ കാലഘട്ടത്തിന് ശഷം അബ്രഹാം മാർ ത്തോമ്മാ തിരുമേനിയുടെ നിർദേശപ്രകാരം സുവിശേഷ പ്രസംഗംസംഘം മാനേജിംഗ് കമ്മറ്റിയാണ് അദ്ദേഹത്തെ വൈദിക പഠനത്തിനായി കൽക്കട്ട ബിഷപ്സ് കോളേജി ലേക്ക് അയക്കുന്നത്. പഠനം പൂർത്തിയാക്കി മടങ്ങിയെത്തി യപ്പോൾ മധ്യതിരുവിതാംകൂർ മിഷനിൽ (സാധു ജാതി മിഷൻ) ബഹു. കെ.ഇ. ഉമ്മനച്ചന്റെ സഹായിയായി നിയ മനം ലഭിച്ചു. കച്ചുകുഴി ബഹനാൻ കശീശ്ശയുടെ കീഴിൽ സുറിയാനി അഭ്യസിച്ചു. 1917- ൽ ശെമ്മാശായും 1918 ജനു വരിയിൽ കശീശയായും പട്ടം കെട്ടി. തുടർന്ന്മധ്യതിരു വിതാംകൂർ മിഷനിൽ മിഷനറിയായി നിമയിതനായി. അനു ഗ്രഹകരമായ 34 സംവത്സരങ്ങൾ അവിടെ അച്ചൻ പ്രഗത്ഭ ത്തിച്ചു. 1951 -ൽ 60 വയസ് പൂർത്തിയായപ്പോൾ സംഘം നിയമപ്രകാരം സംഘത്തിൽ നിന്ന് വിരമിച്ചു.

കർത്താവിൽ ഉള്ള ആഴമായ വിശ്വാസവും അതു പങ്കു വയ്ക്കുന്നതിലുള്ള സന്തോഷവും എന്നും മണ്ഡപ ത്തിൽ അച്ചൻ സൂക്ഷിച്ചിരുന്നു. ഒരിക്കൽ പി.ഐ. ജേക്കബ് ശെമ്മാശനായപ്പോൾ എസ്.സി. സെമിനാരി സ്കൂൾ ബോർഡിംഗ് മാസ്റ്റർ അദ്ദേഹത്തെ ബോർഡിംഗിലേക്ക് ക്ഷണിച്ച് കുട്ടികളോട് ഒരു ചെറുപ്രസംഗം ചെയ്യാൻ ആവശ്യപ്പെട്ടു. ശെമ്മാശന്റെ പ്രസംഗവിഷയം ക്രൂശ് എന്ന

തായിരുന്നു. പ്രസംഗത്തിന്റെ അവസാനത്തിൽ ശെമ്മാശൻ പൊതിഞ്ഞ് കൊ ുവന്നിരുന്ന ഒരു കമ്മീസ് നിവർത്തി കുട്ടികളെ കാണിച്ചു. കമ്മീസിന്റെ ആകൃതി കുരിശിന്റേതാണ്. വൈദിക പദവിയിൽ പ്രവേശിക്കുന്നത് കുരിശ് വഹിക്കാനാണെന്ന് ശെമ്മാശൻ കുട്ടികളെ പ്രബോധിപ്പിച്ചു. ഇത്തരത്തിൽ കർത്താവിനെ പങ്കു വയ്ക്കുവാനും പഠിപ്പിക്കുവാനും അച്ചന് വലിയ പ്രാഗത്ഭ്യം ഉ ായിരുന്നു.

ജനങ്ങൾ അച്ചന് സ്നേഹപൂർവ്വം നൽകിയ പേരാണ് ജാതികളുടെ അപ്പോസ്തോലൻ എന്നത്. സംഘത്തിന്റെ മധ്യതിരുവിതാംകൂർ മിഷൻ സാധു ജാതി മിഷൻ എന്ന് അറിയപ്പെട്ടിരുന്നു. ദളിത് സമൂഹങ്ങൾക്കിടയിലായിരുന്നു സാധു ജാതി മിഷന്റെ പ്രവർത്തനങ്ങൾ. കേരളത്തിലെ സുറിയാനി സഭകളിൽ ആദ്യമായി ദളിത് സമൂഹങ്ങളിൽ സുവിശേഷ പ്രവർത്തനം ആരംഭിച്ചത് മാർത്തോമ്മാ സഭയും സുവിശേഷ സംഘവുമാണ്. 34 വർഷം അച്ചൻ സാധു ജാതി മിഷൻ മിഷണറിയായി ദളിത് സമൂഹങ്ങളിൽ പ്രവർത്തിച്ചു. ''ഞാൻ ഈ സേവനം സ്വീകരിച്ചത് തീ ൽ തൊടിൽ അത്യുഗ്രമായിരുന്ന കാലത്താണ്. സവർണ്ണർ ഹോയി, ഹോയി എന്ന് പറഞ്ഞ് താണ വർഗ്ഗക്കാർ മാറി കൊടുക്കുന്നതിന് മുന്നറിവ് കൊടുത്ത് യാത്രചെയ്തു കൊ ിരുന്ന കാലത്താണ്. അധഃകൃതരുടെ ഭവനങ്ങൾ സന്ദർശിച്ച ശേഷം ഒരു നമ്പൂതിരി മഠത്തിൽ ചെന്നപ്പോൾ ഞാൻ അധകൃത ഭവനങ്ങൾ സന്ദർശിച്ച ശേഷമാണ്വന്നിരിക്കുന്നത്, അങ്ങോട്ട് കയറി വരാമോ എന്ന് ചോദിച്ചപ്പോൾ പുരോ ഹിതന്മാർക്ക് തീ ൽ ഇല്ല, അവർ അശുദ്ധരാകുന്നില്ല എന്ന് പറഞ്ഞു ക്ഷണിച്ചു'' എന്ന് തന്റെ ശുശ്രൂഷാകാലത്തെ അച്ചൻ തന്നെ ഓർത്തെടുക്കുന്നു ്. അത്തരം പ്രതികൂലങ്ങളുടെ മധ്യത്തിൽ ഒരു സ്നേഹ സുവിശേഷമായി അച്ചൻ തന്നെത്തന്നെ പകർന്നു നൽകി, ജനങ്ങൾക്ക് ഒരു അപ്പോസ്തലനായി.

പാവങ്ങളുടെ പിതാവ് എന്നും അച്ചനെ സ്നേഹപൂർവ്വം ജനങ്ങൾ വിളിച്ചിരുന്നു. സാധു ജാതിക്കാരുടെ കുടിലുകളിൽ കയറിയിറങ്ങി ദൈവവചനം അറിയിച്ചും,

അക്ഷരജ്ഞാനമില്ലാതിരുന്ന അവരെ വേദ വാക്യങ്ങളും ക്രിസ്തീയ കീർത്തനങ്ങളും അഭ്യസിപ്പിച്ചും, പ്രാർത്ഥി ക്കാൻ പഠിപ്പിച്ചും, അവർക്ക് വിദ്യാലയങ്ങളിൽ പ്രവേശനം നിഷേധിച്ചിരുന്ന അക്കാലത്ത് സംഘം വകയായി വിദ്യാല യങ്ങൾ സ്ഥാപിച്ച് പഠിക്കുന്നതിനുള്ള ക്രമീകരണം ചെയ് തും ദളിത് വിദ്യാർത്ഥികളെ പഠിക്കുന്നതിന് പ്രേരിപ്പിച്ചും അതിനായി പണം സ്വരുക്കൂട്ടി ദളിത് ഭവന ങ്ങൾ സന്ദർ ശിച്ച് ശുചിത്വം, ആരോഗ്യം, കുഞ്ഞുങ്ങളുടെ വിദ്യാഭ്യാസം എന്നിവയെക്കുറച്ച് ഇനങ്ങളെ ബോധവാൻ മാരാക്കിക്കൊ ും എല്ലാ അർത്ഥത്തിലും അവർക്ക് പിതൃസ്നേഹം പകർന്നു നൽകി.

“കാരുണ്യവാനായ ദൈവമേ... എന്ന് തുടങ്ങുന്ന അച്ചന്റെ പ്രാർത്ഥന ഒരനുഭവം തന്നെയായിരുന്നു. ‘ശില അലിഞ്ഞു മാത്രമല്ല, സ്വർഗ്ഗവും തുറന്നല്ലോ സാറേ’ എന്ന് ഒരിക്കൽ പി.ഒ. ശാമുവേൽ സാറിനോട് അബ്രഹാം മാർ ത്തോമ്മാ തിരുമേനി അച്ചന്റെ പ്രാർത്ഥനയെക്കുറിച്ച്നന ഞ്ഞ കണ്ണുകളോടെ പറയുകയു ായി.

സ്വതസിദ്ധമായ ഒരു ശൈലി തന്റെ പ്രവർത്തനങ്ങ ൾക്ക് സ്വീകരിച്ച ഒരാളായിരുന്നു മണ്ഡപത്തിലച്ചൻ. ഒരിക്ക ൽ അച്ചൻ സംഭാവന ശേഖരിക്കുകയായിരുന്നു. ‘ര ് രൂപ’ ഇതിന് സംഭാവന ചെയ്യുന്നതിൽ വിരോധമുേ ാ?’ സുവിശേഷവേലയ്ക്കായി പണം പിരിക്കാൻ ശ്രമിച്ചു കൊ ് മണ്ഡപത്തിലച്ചൻ മറ്റൊരച്ചനോട് ചോദിക്കുക യാണ്. ഉദാരമതിയായ അച്ചൻ അൻപത് രൂപ നൽകി. ‘അച്ചാ ഇത് വളരെ കൂടതലാണ്. ര ് രൂപാ മതി’ മണ്ഡപ ത്തിലച്ചൻ. ര ു പേരും പരസ്പരം നിർബന്ധിച്ചു കൊ ി രുന്നു. ഒടുവിൽ പത്ത് രൂപയ്ക്ക് ഒത്ത്തീർപ്പായി. സുവി ശേഷവേലയെക്കുറിച്ച് കൂടുതലാളുകളോട് പറയണം കൂടു തൽ പേരും അതിൽ പങ്കാളികളാക്കണം ഇതായിരുന്നു മണ്ഡപത്തിലച്ചന്റെ ലക്ഷ്യം.

1916-ൽ അച്ചൻ മിഷനറിയായി ചുമതലയേൽക്കു മ്പോൾ മധ്യതിരുവിതാംകൂറിൽ, 26 സഭകളും 600 വിശ്വാ സികളും ഉ ായിരുന്നു. 1951- ൽ അച്ചൻ വിരമിക്കുമ്പോൾ

അത് 85 സഭകളും 10000 വിശ്വാസികളുമായി വളർന്നിരുന്നു. 1987-ൽ 99-ാം വയസ്സിൽ നിത്യതയിൽ പ്രവേശിച്ചു.

ഒരു പുരോഹിതൻ എന്നതല്ല അദ്ദേഹത്തിന്റെ മാഹാത്മ്യം. ഔന്നത്യത്തിലേക്കുള്ള ഒരു ചവിട്ടുപടിയായി അതു പയോഗിക്കാനും അദ്ദേഹം ആഗ്രഹിച്ചിരുന്നില്ല. ഗുവിശേഷത്തിന്റെ ധീരദാസനായിരുന്ന അച്ചൻ അനേകം ആത്മാക്കളെ ദൈവത്തിനുവേ ി ആദായപ്പെടുത്തി, അനേകം മനുഷ്യരെ മനുഷത്വത്തിലേക്കു ഉയർത്തി. അതിനുവേ ി അദ്ദേഹം മുറിവുകൾ നോക്കാതെ പോരാടി, കായലും കാടും മലയോരങ്ങളും താ ി, എല്ലാ ജീവിതസുഖങ്ങളും കൈവെടിഞ്ഞു. പാവങ്ങ ളോടു താദാത്മ്യം പ്രാപിച്ച് ക്രിസ്തുവിൽ തന്നെ ലയിച്ചു. പാവപ്പെട്ടവരുടെ പക്ഷം ചേരുമ്പോഴാണ് നമ്മുടെ സാക്ഷ്യം പൂർണ്ണമാവുന്നത് എന്ന് അച്ചന്റെ ജീവിതം നമ്മെ ഓർമ്മിപ്പിക്കുന്നു. ഈ നീതിമാന്റെ ഓർമ്മ എന്നും നമുക്ക് പ്രചോദനവും അനുഗ്രഹവുമായി തീരട്ടെ. മാർത്തോമ്മാ സഭയിലെ CARD (ക്രിസ്ത്യൻ ഏജൻസി ഫോർ റൂറൽ ഡവലപ്മെന്റ്) ന്റെ ആദ്യകാല പ്രവർത്തകനായിരുന്ന ശ്രീ. റെനി കെ. ജേക്കബ് ഈ ഉദ്യമത്തിന് മുതിർന്നതിന് അഭിനന്ദനം അർഹിക്കുന്നു. അച്ചന്റെ ജീവിതം എല്ലാ സുവിശേഷവേലക്കാർക്കും വിശ്വാസികൾക്കും ഒരു പാഠപുസ്തകമാണ്. അച്ചനെക്കുറിച്ചുള്ള സ്മൃതികളുടെ നിറവായ ഈ പുസ്തകം അതിന് കൂടുതൽ മിഴിവും അർത്ഥവും പകരട്ടെ.

''നീയോ അവസാനം വരുവോളം പൊയ്ക്കൊൾക നീ വിശ്രമിച്ച് കാലാവസാനത്തിങ്കൽ നിന്റെ ഓഹരി ലഭിപ്പാൻ എഴുന്നേറ്റു വരും'' (ദാനിയേൽ 12:13)

കർത്തൃശുശ്രൂഷയിൽ,

ഡോ. ജോസഫ് മാർ ബർന്നബാസ്
സഫ്രഗൻ മെത്രാപ്പോലീത്താ

ഭാഗം -1
പാവങ്ങളുടെ പട്ടക്കാരൻ

ഓർമ്മക്കുറിപ്പ്

റവ. പി. ഐ. ജേക്കബ്

''പൂർവ്വ ദിവസങ്ങളെ ഓർക്കുക; മുൻതലമുറകളുടെ സംവത്സരങ്ങളെ ചിന്തിക്ക'' (ആവ. 32:7)

കഴിഞ്ഞ കാലങ്ങളെ വിസ്മരിക്കാരെ അവലോകനം ചെയ്യുകയും ഭാവിയെ ദൂരവീക്ഷണത്തോടു കൂടെ നോക്കുകയും ചെയ്യേ ത് ആവശ്യമെന്ന് തിരുവചനം നമ്മെ പ്രബോധിപ്പിക്കുന്നു. അതിനായുള്ള എന്റെ ഈ ശ്രമത്തെ ദൈവം അനുഗ്രഹിക്കട്ടെയെന്ന് പ്രാർത്ഥിക്കുന്നു.

ജനനവും ബാല്യകാലവും

1064 ഇടവം 12 നു ഞാൻ ഭൂജാതനായി. എന്റെ പിതാവ് പുത്തൻകാവിൽ പുത്തൻ വീട്ടിലായ കടവിലെ വീട്ടിൽ മാത്തൻ ഇടിക്കുളയും, മാതാവ് ചെങ്ങന്നൂർ പൂവത്തൂർ പ്രസിദ്ധനായ ഇയ്ക്കമെല്പാന്റെ സഹോദരൻ യൗസേപ്പച്ചന്റെ മകൾ അന്നാമ്മയുമാണ്. എന്റെ മാതാപിതാക്കൾക്ക് ഒൻപത് പെൺമക്കളും ര ് ആൺമക്കളും ഉ ായിരുന്നു. മൂത്ത മകൻ ശ്രീ. പി.ഐ. മാത്തൻ B.A. L.T. ഒരു ഹൈസ്ക്കൂൾ അദ്ധ്യാപകനും ആദ്ധ്യാത്മിക കാര്യങ്ങളിൽ തല്പരനുമായിരുന്നു. ഞാനൊഴികെ മറ്റെല്ലാവരും അവരുടെ ആയുസ്സിന്റെ ഓട്ടം തികച്ച് കർത്താവിൽ നിദ്ര പ്രാപിച്ചിരിക്കുകയാണ്. 88 കാരനായ ഞാൻ ബലഹീനതയോടെയെങ്കിലും കാലേബ് പറഞ്ഞതുപോലെ ഇന്നും നടക്കുവാനും പടവെട്ടുവാനും പ്രവർത്തിപ്പാനും ദൈവം ബലം തന്ന് കർത്തൃസേവനം അനുഷ്ഠിച്ചുപോരുന്നു. വിശുദ്ധ പൗലോസ് പറഞ്ഞതുപോലെ ഞാൻ അപ്പോസ്തലന്മാരിൽ ഏറ്റവും ചെറിയവനെങ്കിലും ക്രിസ്തുവിൽ അപ്രമേയധനമാകുന്ന സുവിശേഷത്തെ ജാതികൾക്ക് അറിയിപ്പാൻ കർത്താവ് എന്നെ തെരഞ്ഞെടുത്തു. മർത്തോമ്മാ പ്രസംഗസംഘത്തിന്റെ ആരംഭ വർഷമായ 1064 ൽ ഞാനും ഭൂജാതനായി. ആ സംഘത്തിന്റെ ആഭിമുഖ്യത്തിൽ ആരംഭിച്ച ജാതികളുടെ ഇടയി

ലെ വേലയ്ക്കായി ജാതനായോ എന്ന് തോന്നിപ്പോകുന്നു. ബാല്യകാലത്ത് ഏഴാമത്തെ വയസ്സിൽ സൺഡേസ്കൂളിൽ വെച്ച് അദ്ധ്യാപകന്റെ പ്രേരണയാൽ കർത്താവിന് ഹൃദയം കൊടുത്ത് കർത്താവിന്റെ പൈതലായിത്തീർന്നു. വീഴ്ച താഴ്ചകളോടു കൂടി കുട്ടിക്കാലം കഴിഞ്ഞു. 1912 ൽ തിരുവല്ല S.C.S. High School ൽ നിന്നും School Final പരീക്ഷ പാസ്സായി. S.C.S ൽ പഠിക്കുമ്പോൾ ആ കാലത്തെ ഉണർവ്വ് യോഗങ്ങളിൽ അദ്ധ്യാപകരുടെ പ്രേരണയാൽ ഭാഗവാക്കാവുകയും ആത്മീകമായി വളർച്ച പ്രാപിക്കുകയും അവിടുത്തെ ക്രിസ്തീയ വിദ്യാർത്ഥി സംഘത്തിന്റെ സെക്രട്ടറിയായി പ്രവർത്തിക്കുകയും ചെയ്തിരുന്നു.

വൈദിക വിദ്യാഭ്യാസവും പ്രാരംഭ പ്രവർത്തനങ്ങളും

സ്കൂൾ ഫൈനൽ പാസ്സായപ്പോൾ നി.വ. ദി. ശ്രീ. ഏബ്രഹാം മാർത്തോമ്മാ മെത്രാപ്പോലീത്തായുടെ നിർദ്ദേശ പ്രകാരം സുവിശേഷ പ്രസംഗസംഘം മാനേജിംഗ് കമ്മിറ്റി എന്ന വൈദീക വിദ്യാഭ്യാസത്തിനായി കൽക്കട്ട ബിഷപ്പ്സ് കോളേജിലേക്ക് തെരഞ്ഞെടുത്തയച്ചു. അവിടുത്തെ വിദ്യാഭ്യാസം പൂർത്തിയായി തിരികെ വന്നു. അന്ന് ആരംഭിച്ച സുവിശേഷ പുരോഗമന പ്രസ്ഥാനത്തിന്റെ പ്രവർത്തനത്തിൽ ആറ് മാസത്തോളം റവ. കെ. ഇ. ഉമ്മൻ അച്ചനോടു കൂടെ അസ്സിസ്റ്റന്റും സെക്രട്ടറിയുമായും മദ്ധ്യതിരുവിതാംകൂറിൽ നിയമിക്കപ്പെട്ടു. അനന്തരം സുറിയാനി ഭാഷാഭ്യാസത്തിനും സഭയുടെ ശുശ്രൂഷാക്രമങ്ങൾ പരിശീലിക്കുന്നതിനുമായി അന്നത്തെ സുറിയാനി മല്പന്മാരിൽ ഒരാളായിരുന്നു ദിവ്യശ്രീ. കച്ചുകുഴിയിൽ ബഹനാൻ കശ്ശീശ്ശായുടെ കീഴിൽ നിയമിതനായി. ശനി, ഞായർ ദിവസങ്ങളിൽ മദ്ധ്യതിരുവിതാംകൂറിലെ സാധുജനങ്ങളിൽ നിന്നും ചേർക്കപ്പെട്ട സഭകളിൽ സഞ്ചരിച്ചു പ്രവർത്തിക്കുന്നതിന് നിയോഗിക്കപ്പെട്ടു.

പട്ടത്വശുശ്രൂഷയും മിഷനറി പ്രവർത്തനങ്ങളും

02-02-1922 ൽ തിരുവല്ല S.C.S. പള്ളിയിൽ വെച്ച് ശെമ്മാശു പട്ടവും, 23-01-1993 ൽ കശ്ശീശ്ശാ സ്ഥാനവും നി. വ. ദി. ശ്രീ. തീത്തൂസ് ദ്വിതീയൻ മെത്രാപ്പോലീത്തായിൽ നിന്നും ലഭിച്ചു. എന്റെ കൂടെ പട്ടമേറ്റ റവ. സി. ഐ. ഏബ്രഹാം അച്ചനെ വടക്കൻ തിരുവിതാംകൂർ മിഷണറി യായും നിയമിച്ചു. അന്നു ായിരുന്ന 26 പുതിയ സഭകളും ഏതാനും സ്കൂളുകളും എന്റെ മേൽനോട്ടത്തിൽ ഏൽ പ്പിച്ചു. കഴിയുന്നത്ര പ്രതിഷ്ഠയോടും ത്യാഗത്തോടും ആ ജോലി നിവർത്തിച്ചിരുന്നു. 34 വർഷമായി ജോലി സശ്രദ്ധം നിർവ്വഹിച്ചു. സാധുജനങ്ങളുടെ ആത്മീയ, ആദ്ധ്യാത്മീക വളർച്ചയ്ക്കും ആരാധനാക്രമം പഠിക്കുന്നതിനുമായി പദ്ധ തികൾ രൂപീകരിച്ച് നടപ്പിലാക്കി. സാമൂഹ്യോദ്ധാരണ ത്തിന് ആവശ്യമായ ഗ്രാമോദ്ധാരണ പ്രവർത്തനങ്ങൾ നട പ്പിലാക്കി. കൃഷി, വ്യവസായം തുടങ്ങിയവ്ക്ക് പ്രാദേശിക പ്രദർശനങ്ങൾ ഏർപ്പെടുത്തുകയും നല്ല സാധനങ്ങൾക്ക് സമ്മാനങ്ങൾ നൽകുകയും ചെയ്തുവന്നു. ഇത് വളരെ പ്രോത്സാഹനജനകമായിരുന്നു. ഗ്രാമോദ്ധാരണ പ്രവർത്ത നങ്ങൾ ഗവമെന്റ് സഹകരണത്തോടു കൂടി പല കേന്ദ്രങ്ങ ളിൽ ആരംഭിച്ചു. ഈ കൃത്യങ്ങളിൽ അന്ന് പ്രത്യേക താല്പര്യമു ായിരുന്ന മി. കെ.കെ. കുരുവിള, മി.സി.പി. മാത്യു എന്നിവർ ഗവമെന്റ് സഹായങ്ങൾ ലഭിക്കുന്നതിന് പ്രത്യേകം ഉത്സാഹിക്കുകയും അങ്ങനെ ആ പ്രവർത്തന ങ്ങളെ അഭിവൃദ്ധിപ്പെടുത്തുകയും ചെയ്തു. ആ കാലത്ത് സ്കൂൾ ഇൻസ്പെക്ടർമാരായിരുന്ന മി. പി.റ്റി. ഇടിക്കുള, മി. പി.റ്റി. മാത്യു എന്നിവർ നമ്മുടെ പ്രൈമറി സ്കൂളുക ൾക്ക് ഗ്രാന്റ് അനുവദിക്കുന്നതിന് വളരെ സഹായിച്ചിട്ടു ്. അദ്ധ്യാ പകന്മാരും, സുവിശേഷകന്മാരും ആത്മാർത്ഥതയോടെ തങ്ങളുടെ ചുമതലകൾ നിവർത്തിച്ചുപോന്നു. സ്കൂളുകളിൽ വേദപുസ്തക പഠനം ഏർപ്പെടുത്തി ഓരോ ക്ലാസ്സിനും അനുയോജ്യമായ പാഠ്യപദ്ധതികൾ തയ്യാറാക്കി ക്ലാസ്സു കൾ നടത്തിപ്പോന്നു. മദ്ധ്യതിരുവിതാംകൂറിലും കടൽത്തീ രത്തുമുള്ള സ്കൂളുകളിലും വേദപാഠ മത്സര പരീക്ഷകൾ

ഏർപ്പെടുത്തി. ഉയർന്ന മാർക്കുകൾ വാങ്ങി ജയിക്കുന്ന വർക്ക് വി. വേദപുസ്തകം സമ്മാനമായി നൽകി. എ. ചെറിയാൻ (Rtd. Judge), മി. എ.റ്റി ഏബ്രഹാം എന്നിവർ ആ സമ്മാനങ്ങൾ കൊടുക്കുന്നതിന് സമ്മതിച്ചിരുന്നു. ക്രിസ്തുമതം സ്വീകരിച്ച സാധു ജാതികുട്ടികൾക്ക് ഗവൺമെന്റ് ഫീസ് ആനുകൂല്യങ്ങൾ ഒന്നും കൊടുക്കാതിരുന്നാൽ പ്രത്യേക പിരിവുകൾ നടത്തി സഹായധനം കൊടുത്തു പ്രോത്സാഹിപ്പിച്ചു വന്നു, അതിന്റെ ഫലമായി പലരും സ്കൂൾ ഫൈനൽ പരീക്ഷ പാസ്സാവുകയും ചുരുക്കം ചിലർ ഗ്രാജുവേറ്റുകളും ആയിത്തീർന്നു. അങ്ങനെ അവർ സ്കൂളുകളിലും മറ്റു ഡിപ്പാർട്ടുമെന്റുകളിലും ജോലിക്ക് അർഹരായിത്തീരുകയും അത് സാമൂഹ്യോദ്ധാരണത്തിന് ഒരു നല്ല മുഖാന്തരമായിത്തീരുകയും ചെയ്തു. സഭകളുടെ എണ്ണവും ക്രമേണ വർദ്ധിച്ചുവന്നു. എന്റെ ചുമതലയിൽ സഭകൾ ഏറ്റെടുത്തപ്പോൾ അവ 26 എണ്ണം ആയിരുന്നത് 85 ആയി വർദ്ധിച്ചു. English middle school കളും അരയമ്പാറ ഒരു High School ഉം എന്റെ സേവനകാലത്തുതന്നെ ഉ ാ കുന്നതിന് ഇടയായി. 34 വർഷം തുടർച്ചയായി സാധുജനങ്ങളുടെ ഇടയിൽ നടത്തിയ സേവനം വളരെ ക്ലേശകരവും ഭാരമുള്ളതുമായിരുന്നു. മിഷനറിയും പ്രവർത്തകരും തമ്മിലും സഭാംഗങ്ങളുമായും ഐക്യതയും സ്നേഹവും നിലനിന്നു പോന്നു. 1951 ൽ 60 വയസ്സ് തികഞ്ഞപ്പോൾ അന്നത്തെ സംഘനിയമം അനുസരിച്ച് ഞാൻ സംഘത്തിന്റെ മിഷനറി ജോലിയിൽ നിന്നും വിരമിച്ചു. ആ സമയത്ത് പ്രവർത്തകർ ചേർന്ന് നൽകിയ യാത്രയയപ്പും മംഗള പത്രവും സ്വർണ്ണ കുരിശുമാലയും അവരുടെ സ്നേഹത്തിന്റെയും ആദരവിന്റെയും സാക്ഷ്യമായിരുന്നു.

ഞാൻ ഈ സഭാസേവനം സ്വീകരിച്ചത് തീ ൽ തൊടീൽ അത്യുഗ്രമായിരുന്ന കാലത്താണ്. സവർണ്ണർ 'ഹോയി, ഹോയി' എന്നു പറഞ്ഞു താണവർഗ്ഗക്കാർ മാറി കൊടുക്കുന്നതിനു മുന്നറിവു കൊടുത്തു യാത്ര ചെയ്തു കൊ ിരുന്ന കാലത്താണ്. അധഃകൃതരുടെ ഭവനങ്ങൾ സന്ദർശിച്ച ശേഷം ഒരു ഭവനത്തിൽ അങ്ങോട്ടു കയറിവരാ

മോ എന്നു ചോദിച്ചപ്പോൾ - വരാം പുരോഹിതന്മാർക്കു തീ ൽ ഇല്ല. അവർ അശുദ്ധരാകുന്നില്ല, എന്നു പറഞ്ഞു ഒരു കസേര ഇട്ടു തന്നത് സന്തോഷത്തോടെ സ്വീകരിച്ചു. ഞാൻ ഈ സേവനം സ്വീകരിച്ചപ്പോൾ 600 പേർ മാത്രമായിരുന്നു അവരിൽ നിന്നും ക്രിസ്തുമതം സ്വീകരിച്ചിരുന്നത്. എന്റെ സേവനം നിവൃത്തിച്ചു പിരിഞ്ഞപ്പോൾ അതു 10,000 ആയി വർദ്ധിച്ചിരുന്നു. സഭയിൽ ചേർന്നു വന്നവരുടെ വിവാഹം മുതലായ വിശുദ്ധ കർമ്മങ്ങളും ഞാൻ തന്നെയാണ് നടത്തിവന്നത് യാത്രാ സൗകര്യം വളരെ കുറവായിരുന്ന കാലത്തു ഞാൻ സ്വന്തം സൈക്കിളിലാണ് യാത്ര ചെയ്തു വന്നത്. അതു വളരെ ക്ലേശകരമായ ഒന്നുതന്നെ ആയിരുന്നു. ഇതൊക്കെയും ദൈവകൃപയുടെ താങ്ങൽകൊ ു മാത്രം നടന്നു. ദൈവനാമം മഹത്വപ്പെട്ടതാകട്ടെ.

ഉപസംഹാരം

1951 ൽ സംഘത്തിന്റെ വേലയിൽ നിന്നും പിരിഞ്ഞ ശേഷം പുത്തൻകാവ്, തിട്ടമേൽ, ആറാട്ടുപുഴ, ഇടനാട്, മംഗലം, ഉമയാറ്റുകര, ബുധനൂർ ഈ ഇടവകകളിൽ വികാരിയായി പ്രവർത്തിച്ചുപോന്നു. ഇടവകകളുടെ സാമ്പത്തികശേഷി വളരെ കുറവായിരുന്ന കാലത്താണ് ആ സേവനം നിറവേറ്റുവാൻ ഭാഗ്യമു ായത്. ആ കാലഘട്ടം പള്ളികളുടെ പണിയുടെ കാലവുമായിരുന്നു. അവയിൽ സഹകരിച്ചു പ്രവർത്തിപ്പാൻ ഇടയാകയാൽ അവയുടെ പൂർത്തീകരണത്തിലും കൂദാശകളിലും പങ്കുകൊള്ളുന്നതിനും ഇടയായി. ഇടവക ഭരണത്തിൽ നിന്നും വിരമിച്ച് പെൻഷൻ പറ്റിയെങ്കിലും ചെങ്ങന്നൂർ സെന്റർ സന്നദ്ധ സുവിശേഷക സംഘത്തിന്റെ പ്രസിഡന്റായി സേവനം അനുഷ്ഠിച്ചു പോരുകയും ആ വേലയുടെ ഫലമായു ാ യ കോട്ട, കാരയ്ക്കാട് പള്ളികളുടെ വികാരിയായി പിന്നെയും ജോലി തുടരുന്നതിന് ഇടയായി. കോട്ട സ്വതന്ത്ര ഇടവകയായിത്തീർന്നു. കാരയ്ക്കാട് ചാപ്പൽ ഇടവക ഇപ്പോൾ എന്റെ വികാരിത്വത്തിൽ തന്നെ നടന്നു പോകുന്നു.

ഇത്രത്തോളം കർത്താവിന്റെ വേലയിൽ നിലനിൽപാൻ ഇട യായതിൽ ദൈവത്തെ സ്തുതിക്കുകയും എനിക്കും കുടും ബത്തിനും ദൈവം നൽകിക്കൊ ിരിക്കുന്ന വലിയ കൃപ കൾക്കായി ദൈവത്തെ മഹത്വപ്പെടുത്തുകയും ചെയ്യുന്നു. ഞാനും ഭാര്യയും മൂത്തമകൻ പി.ജെ. ഏബ്രഹാമിനോടു കൂടെ കുടുംബത്ത് താമസിച്ചുവരുന്നു. ഞാൻ സേവനം നൽകിയിട്ടുള്ള എല്ലാ ഇടവകകളും സ്ഥാപനങ്ങളും എനി ക്കും കുടുംബത്തിനും വേ ി ദൈവത്തെ സ്തുതിക്കു കയും പ്രാർത്ഥിക്കയും ചെയ്യണമെന്നപേക്ഷിക്കുകയും ചെയ്യുന്നു.

കൃപയുടെ തണലിൽ

സി. ജി. ഡേവിഡ് കശീശാ

സഭയിലെ പ്രത്യേക ഇടവകകൾക്കു വേ ി ആളുകൾക്കു പട്ടം കൊടുത്തുവന്ന കാലളയവിൽ സുവിശേഷ പ്രസംഗ സംഘത്തിന്റെ മദ്ധ്യതിരുവിതാംകൂർ മിഷനുവേ ി പട്ടംകെട്ടപ്പെട്ട ഒരു വന്ദ്യ വൈദീകനത്രെ ഇപ്പോൾ 92 വയസ്സുള്ള മണ്ഡപത്തിൽ പി.ഐ. ജേക്കബ് കശ്ശീശ്ശാ മുപ്പതിൽപരം വർഷങ്ങൾക്കു മുമ്പ് സംഘത്തിന്റെ പ്രവർത്തനത്തിൽ നിന്നും വിരമിച്ചു എങ്കിലും, ഇക്കാലമത്രയും സുവിശേഷ സംഘത്തോടുള്ള സ്നേഹവും താല്പര്യവും നില നിർത്തിവരുന്നു. തനിക്കു യാതൊരു സ്ഥാനമോ അംഗീകാരമോ വേണമെന്നുള്ള ചിന്ത അശേഷം ഇല്ലാത്ത ഒരു ഭക്ത ശിരോമണി അത്രെ അച്ചൻ. സുവിശേഷസംഘം രൂപവൽക്കരിക്കപ്പെട്ട വർഷം തന്നെ അച്ചൻ ജനിച്ചു. ര ും പമ്പാ നദിയുടെ തീരത്ത്!

കൽക്കട്ടാ ബിഷപ്സ് കോളജിൽ നിന്നും വൈദീകാഭ്യസം പൂർത്തിയാക്കിയശേഷം 64 വർഷം മുമ്പ് അച്ചൻ പട്ടമേറ്റു മദ്ധ്യതിരുവിതാംകൂർ സാധുജാതി മിഷന്റെ പ്രഥമ മിഷനറിയായി നിയോഗിക്കപ്പെട്ടു. തീ ൽ തൊടീൽ നടമാടിയിരുന്ന ആ കാലത്തു സാധുക്കളായ പിന്നോക്ക വിഭാഗങ്ങളുടെ ഇടയിൽ പ്രവർത്തിക്കുന്നതിനുള്ള വലിയ ദൈവകൃപ അച്ചനു ലഭിച്ചു യാത്രാക്ലേശങ്ങൾ സഹിച്ച അച്ചൻ സസന്തോഷം പ്രവർത്തിച്ചു. അച്ചൻ പ്രവർത്തനമാരംഭിച്ചപ്പോൾ 26 സഭകൾ മാത്രമെ ഉ ായിരുന്നുള്ളു. അച്ചൻ പ്രവർത്തനത്തിൽ നിന്നും വിരമിച്ചപ്പോൾ അതു 85-ൽ പരമായി വർദ്ധിച്ചു. ഇന്നു ഈ സഭകൾ എല്ലാം നാലു ഭദ്രാസനങ്ങളുടെ കീഴിൽ ഇടവകകളായി രൂപം കൊ ുകഴിഞ്ഞു. അച്ചന്റെ ചുമതലയിൽ വികസിച്ച മിഷൻ വയൽപ്രദേശം 1952 - ൽ മൂസ മിഷനറിമാരുടെ ചുമതലയിൽ വിഭാഗിച്ചു കൊടുത്തു. പിൽക്കാലത്തു ചില സഭകളെ ഇടവകകളാക്കി തീർക്കുകയും, അടൂർ-കടൽത്തീരം, മദ്ധ്യതിരുവിതാംകൂർ

എിങ്ങനെ ര ു ഫീൽഡുകളായി മുഴുസമയവും പ്രവർത്തിക്കു 2 മിഷനറി പട്ടക്കാരുടെ ചുമതലയിൽ 1980 വരെ നടന്നു വരികയും ചെയ്തു.

ബഹു. മണ്ഡപത്തിലച്ചന്റെ സേവനം ബഹുമുഖങ്ങളത്രെ. അവയിൽ ചിലതു മാത്രം ചുവടെ ചേർക്കുന്നു.

1. സന്ദർശനത്തിൽ കൂടി സുവിശേഷീകരണം

അച്ചൻ മാടങ്ങളും, ചെറ്റക്കുടിലുകളും കയറിയിറങ്ങി സാധുക്കളോടു സുവിശേഷം അറിയിച്ച് പതിനായിരത്തിൽപരം ആളുകളെ സഭയോടു ചേർക്കുകയു ായി.

2. ഉപദേശിക്കുകയും പഠിപ്പിക്കുകയും ചെയ്യുക

സുവിശേഷകരായും അദ്ധ്യാപക സുവിശേഷകരായും അനേകർ അച്ചന്റെ കീഴിൽ പ്രവർത്തിച്ചുവന്നു. അവരിൽകൂടിയന്നും നേരിട്ടും ആളുകളെ പഠിപ്പിക്കുന്ന കാര്യത്തിൽ അച്ചൻ ജാഗരൂകനായിരുന്നു. സംഘത്തിന്റെ കീഴിലുള്ള പ്രൈമറി സ്കൂളുകളുടെ നടത്തിപ്പിലും അച്ചൻ വളരെ ശ്രദ്ധ പതിപ്പിക്കുകയും, സ്കൂൾ ക്രമമായി സന്ദർശിച്ചു കുട്ടികൾക്കു മതബോധനം നൽകുകയും ചെയ്തുവന്നു. അച്ചന്റെ പിൻഗാമികളിൽ ചിലർ ഈ ശുശ്രൂഷ തുടരുകയും ചെയ്തു.

3. വൈദ്യസഹായം

അച്ചൻ ഒരു നല്ല ഹോമിയോ ഡോക്ടറത്രെ. സാധുക്കൾക്കു അച്ചന്റെ ഉപദേശങ്ങൾ പോലെ ഫലിച്ചതായിരുന്നു വൈദ്യസഹായം. അച്ചൻ യാത്ര ചെയ്യുമ്പോൾ സഭാംഗങ്ങൾക്കു കൊടുക്കുന്നതിനു ആവശ്യമായ മരുന്നുകൾ കരുതിയിരുന്നു.

4. സാഹിത്യ പ്രവർത്തനം

അച്ചൻ സുവിശേഷകരെ വായിക്കുന്നതിനായി പ്രോത്സാഹിപ്പിച്ചുവന്നു. ആത്മപ്രകാശിനി മാസിക, അച്ചന്റെ വകയായി ചെങ്ങന്നൂർ നടത്തിവന്ന പുസ്തകശാല, പ്രസ്സ് മു

തലായ മാധ്യമങ്ങളിലൂടെ ഈ ശുശ്രൂഷ അച്ചൻ നിവർത്തിച്ചു.

അച്ചൻ മിഷനറിയായി പ്രവർത്തിച്ചിരുന്ന കാലഘട്ടത്തിലെ സിംഹഭാഗവും ഡോ. ഏബ്രഹാം മർത്തോമ്മാ തിരുമേനിയുടെ നിയന്ത്രണത്തിലായിരുന്നു സംഘം പ്രവർത്തനം നടത്തിവത്. ബ: അയിരൂരച്ചനും, പിൽക്കാലത്തു ബ: വികാരി ജനറാൾ വി.പി. മാമ്മനച്ചനുമായിരുന്നു ജനറൽ സെക്രട്ടറിമാർ. നേതാക്കന്മാരുടെ അകമഴിഞ്ഞ സഹകരണം എക്കാലത്തും അച്ചനു ലഭിച്ചിരുന്നു. സംഘത്തിന്റെ കീഴിൽ മിഷനറി ആയിരിക്കത്തന്നെ അച്ചൻ തിട്ടമേൽ ട്രിനിറ്റി പള്ളിയുടെ വികാരിത്വവും വഹിച്ചുപോന്നു. മാർത്തോമ്മാ സഭയിൽ ഇത്ര ക്ലേശം സഹിച്ചു പ്രവർത്തിച്ച വേറെ ഒരു പട്ടക്കാരൻ ഉ ാ എന്നു സംശയിച്ചു പോകുന്നു.

ബ: മണ്ഡപത്തിലച്ചന്റെ സേവനത്തിന്റെ മുമ്പിൽ സുവിശേഷ സംഘത്തിന്റെ കടപ്പാടിന്റെയും ആദരവിന്റെയും പൂച്ചെ ുകൾ ! അച്ചൻ ഒരു കൃപയുടെ മനുഷ്യനത്രെ– A man of grace.

ലാഭമായതൊക്കെയും...

ജോയി തെക്കുംപുറം

'ഒരു ര ു രൂപാ ഇതിനു സംഭാവന ചെയ്യുന്നതിനു വിരോധമുേ ാ? ഞാൻ അവർക്കു കുറച്ചു രൂപാ പിരിച്ചു കൊടുക്കാം എന്ന് ഏറ്റിട്ടു ്.'' ര ു രൂപകളുടെ കൂപ്പ് നീട്ടിക്കൊ ് ജന്മസിദ്ധമായ വിനയത്തോടെ ഒരച്ചൻ ചോദിക്കുകയാണ്. ഒരു ധർമ്മസ്ഥാപനത്തിന്റെ അത്യാവശത്തിനു കുറച്ചു പണം പിരിക്കാനുള്ള ഉദ്യമമാണ്. ഔദാര്യശീലനായ മറ്റേ അച്ചൻ അമ്പതു രൂപാ സംഭാവന ചെയ്തു. ആദ്യത്തേ ആൾ ആ തുക കയ്യിൽതന്നെ വച്ചുകൊ ്, അച്ചാ, ഇതു വളരെ കൂടുതലാണ്. ഇത്രയും വേ ാ, ര ു രൂപാ മതി. ര ുപേരും വളരെ നിർബന്ധിച്ചു ഒരാൾ ആ തുക എടുത്തുകൊള്ളാൻ. മറ്റേ ആൾ അത്രയും വേ ാ എന്ന്. അവസാനം പത്തു രൂപയ്ക്ക് പ്രശ്നം തീർന്നു. എന്തുകൊ ് 50 രൂപാ ഒരാളിൽ നിന്നും സ്വീകരിപ്പാൻ മടി കാണിച്ചു? പിരിഞ്ഞുകിട്ടുന്ന തുക കൂടിപ്പോകരുതെന്നു വിചാരിച്ചിട്ടോ, അല്ല. ഈ ആവശ്യം എത്രയും അധികം പേരോടു പറയണം, എത്രയും അധികം ആളുകളെ അതിൽ പങ്കാളികളാക്കണം ഇതായിരുന്നു അതിന്റെ പുറകിലെ ചേതോവികാരം എന്നു തോന്നുന്നു. സുവിശേഷഘോഷണത്തിന്റെ അന്തസത്ത ഇതാണ്. എത്രയും അധികം പേരോടു പറയുക, എത്രയും അധികം ആളുകളെ പങ്കാളികളാക്കുക. ഈ തത്വം മനസ്സിൽ വച്ചുകൊ ് ഇടതടവില്ലാതെ പ്രവർത്തിച്ച ഒരു വീരപുരുഷനാണ് ബഹുമാനപ്പെട്ട മണ്ഡപത്തിലച്ചൻ. The greatness of a man is not what he is, but what he has done (ഒരുവൻ എന്തായിരിക്കുന്നു എന്നതല്ല, എന്തു പ്രവർത്തിച്ചു എന്നതത്രെ അദ്ദേഹത്തിന്റെ മാഹാത്മ്യം) ഒരു പുരോഹിതൻ എന്നതല്ല അദ്ദേഹത്തിന്റെ മാഹാത്മ്യം. ഔന്നത്യത്തിലേക്കുള്ള ഒരു ചവിട്ടുപടിയായി അതുപയോഗിക്കാനും അദ്ദേഹം ആഗ്രഹിച്ചിരുന്നില്ല. ദൈവത്തിന്റെ ധീരസേനാനിയായിരുന്ന ഈ ദൈവദാസൻ അ

നേകം ആത്മാക്കളെ ദൈവത്തിനുവേ ി നേടി, അനേകം മനുഷ്യരെ മനുഷ്യത്വത്തിലേക്കു ഉയർത്തി, അതിനുവേ ി അദ്ദേഹം മുറിവുകൾ നോക്കാതെ പോരാടി, കായലു കാടു മലയോരങ്ങൾ എല്ലാം കയറി ഇറങ്ങി, ജീവിത സുഖ ങ്ങൾ കൈവെടിഞ്ഞു, ജാതി ചിന്ത വലിച്ചെറിഞ്ഞു, പാവ ങ്ങളോടു താദാത്മ്യം പ്രാപിച്ചു. He identified himself with the poor and the down trodden. അദ്ദേഹത്തിന്റെ നേട്ടങ്ങൾ നിര ത്തിവയ്ക്കുമ്പോൾ മനസ്സിലാക്കാം അദ്ദേഹം സാക്ഷാൽ മ ഹാൻ തന്നെയാണ്. ഈ പാവങ്ങളുടെ പിതാവ് നന്ന്, നല്ലവനും വിശ്വസ്തനുമായ ദാസനേ, ഞാൻ നിന്നെ അധി കത്തിനു വിചാരകനാക്കിയിരിക്കുന്നു എന്ന ബഹുമതി പ്ര ഖ്യാപനത്തിന് സർവ്വഥാ യോഗ്യൻ തന്നെ.

മണ്ഡപത്തിലച്ചൻ ഒരു വ്യക്തിയല്ല, ഒരു പ്രസ്ഥാന മാണ് സോഷ്യലിസവും അതിന്റെ പേരിലുള്ള മുതലക്ക ണ്ണീരും മുതലെടുപ്പും രംഗപ്രവേശനം ചെയ്യുന്നതിന് എത്ര യോ മുമ്പ് അച്ചൻ അതു നടപ്പാക്കി കഴിഞ്ഞു. മനുഷ്യനെ മനുഷ്യനായി കാണാൻ കഴിഞ്ഞ അച്ചൻ ദൈവത്തിനു മുഖപക്ഷമില്ല എന്നു ലോകത്തിനു കാണിച്ചുകൊടുത്തു. മനുഷ്യനെ സ്നേഹിക്കുന്നതു തന്നേ ദൈവസ്നേഹം- അതാണ് മണ്ഡപത്തിലച്ചന്റെ പ്രസ്ഥാനം.

മണ്ഡപത്തിലച്ചൻ സുവിശേഷസംഘത്തിന് ഒരു വെല്ലുവിളിയാണ്. മേച്ചിൽപ്പുറങ്ങൾ ക ുകൊ ല്ല അ ച്ചൻ സുവിശേഷ വയൽപ്രദേശത്തേക്കു കടന്നുവന്നത്. സു ഖങ്ങൾ അദ്ദേഹം സ്വപ്നം ക തേയില്ല. കു ുകുഴികൾ നിറഞ്ഞ പാതയിൽ സൈക്കിൾ മാത്രമായിരുന്നു അച്ചന്റെ വാഹനം. അച്ചൻ പ്രദർശിപ്പിച്ച ത്യാഗം ഇന്നെവിടെ? ആ വ ന്ദ്യ വയോവൃദ്ധനായ അച്ചൻ കഷ്ടതയുടെ തീച്ചൂളയിൽ നിന്നുകൊ ് പതിനായിരങ്ങളെ ദൈവത്തിനു നേടി. സമൃ ദ്ധിയുടെ മദ്ധ്യേ നി ുകൊ ് സുവിശേഷത്തിന്റെ പേരു പറഞ്ഞ് നെട്ടോട്ടം ഓടുന്നു. നേട്ടം എന്ത്? ദൈവം ഏല്പി ച്ച താലന്തുകൊ ് ശരിയായി വ്യാപാരം ചെയ്യുന്നില്ലെങ്കിൽ ദൈവം അതു നമ്മുടെ പക്കൽ നിന്നും എടുത്തു മറ്റുള്ളവ രെ ഏല്പിക്കും. സ്ഥാനത്തിനും മാനത്തിനുമായി സുവി

ശേഷത്തിന്റെ വേഷം ധരിക്കുന്നത് ബലവാന്മാരെ സിംഹാ സനങ്ങളിൽ നിന്നു മറിച്ചിടുന്ന ദൈവം എത്രനാൾ ക്ഷമിക്കും. മണ്ഡപത്തിലച്ചന്റെ പേരിൽ ഒരു വിശേഷാൽ പതിപ്പ് പ്രസിദ്ധീകരിക്കുതുകൊ ു മാത്രം അച്ചന്റെ സേവനങ്ങളോട് നീതി പുലർത്തുന്നില്ല. അച്ചൻ കാണിച്ചു തന്ന മാതൃക പിന്തുടർന്ന് ദൈവരാജ്യം കെട്ടുപണി ചെയ്യാൻ ശ്രമിക്കുകയത്രെ യഥാർത്ഥ നീതി, യഥാർത്ഥ മാർഗം.

ബ: മണ്ഡപത്തിലച്ചൻ ദൈവത്തിനും മനുഷ്യനും വേ ി അനുഷ്ഠിച്ചിട്ടുള്ള നിരവധി സേവനങ്ങളുടെ മുമ്പിൽ ശിരസ്സ് നമിക്കുന്നു.

നമുക്കു ലാഭമായിരിക്കുന്നതൊക്കെയും ചേതം എന്നു എണ്ണി ദൈവത്തെ മഹത്വപ്പെടുത്തുവാൻ മുമ്പോട്ടിറങ്ങുന്നതിന് നമ്മുടെ ബോധങ്ങളുടെ കണ്ണുകളെ തുറപ്പിച്ചിരുന്നു എങ്കിൽ !

കുരിശു വഹിക്കുന്ന പട്ടക്കാരൻ

റവ. സി. ഇ.ഏബ്രഹാം

ബ: മണ്ഡപത്തിൽ അച്ചനും ഞാനും തമ്മിലുള്ള സ്നേഹ ബഹുമാനബന്ധം തിരിഞ്ഞു നോക്കുമ്പോൾ അതിന്റെ ആരംഭദശയിൽ നടന്ന ഒരു സംഭവമാണ് എന്റെ മനസ്സിൽ പൊന്തിവരുന്നത്. ഈ സംഭവത്തിന്റെ കാലഘട്ടം 20-ാം ശതാബ്ദത്തിന്റെ ര ാമത്തെ ദശകമാണ് അന്ന് ഞാൻ മാർത്തോമ്മാ സെമിനാരി ഹൈസ്കൂളിലെ ഒരു വിദ്യാർത്ഥിയും ബോർഡിംഗിലെ ഒരു അംഗവുമായിരുന്നു. ബ: അച്ചന് ശെമ്മാശുപട്ടം കൊടുത്തത് ആ സമയത്ത് നടന്ന ഒരു സംഭവമായിരുന്നു. ഞങ്ങളുടെ ബോർഡിംഗ് മാസ്റ്റർ ശെമ്മാശനെ ബോർഡിംഗിലേക്കു ക്ഷണിച്ചു വരുത്തി കുട്ടികളോട് ഒരു ചെറിയ പ്രസംഗം പറയണമെന്ന് ആവശ്യപ്പെട്ടു. ഞങ്ങളെല്ലാവരും പ്രസംഗം കേൾക്കുവാൻ ഉന്മേഷത്തോടെ കാത്തിരുന്നു. ശെമ്മാശന്റെ പ്രസംഗ വിഷയം കർത്താവിന്റെ കുരിശായിരുന്നു. പ്രസംഗത്തിന്റെ അവസാനത്തിൽ ശെമ്മാശൻ കൊ ുവന്ന ഒരു പാക്കറ്റിൽ നിന്ന് നമ്മുടെ അച്ചന്മാർ സാധാരണയായി ധരിച്ചിരുന്ന ഒരു കമ്മീശ് കൈയ്യിലെടുത്ത് നിവിർത്ത് കുട്ടികളെ കാണിച്ചു. കമ്മീശിന്റെ ആകൃതി ഒരു കുരിശിന്റേതാണല്ലോ. വൈദീക പദവിയിൽ പ്രവേശിക്കുന്നത് കുരിശ് വഹിക്കുന്നതിനാണ് എന്ന് ശെമ്മാശൻ കുട്ടികളെ പ്രബോധിപ്പിച്ചു. മദ്ധ്യ തിരു വിതാംകൂർ മിഷനറി ആയിരുന്ന കാലത്ത് അച്ചൻ ദിവസം പ്രതി സന്തോഷത്തോടെ ക്രൂശു വഹിച്ചുകൊ ിരുന്നു എന്നു പറയാവുന്നതാണ്, അച്ചന്റെ വൈദീക ശുശ്രൂഷ മുഴുവനായി ധൈര്യത്തോടും സന്തോഷത്തോടും കൂടി യുള്ള ഒരു ക്രൂശു വഹിക്കൽ ആയിരുന്നുവെന്നു ഏവരും സമ്മതിക്കുന്ന ഒരു വസ്തുത അത്രെ.

ക്രൂശു വഹിക്കുന്നവർക്കാണല്ലോ കിരീടം ലഭ്യമാകുന്നത്. ബ: അച്ചന് നമ്മുടെ കർത്താവ് ജീവന്റെ കിരീടം നൽകുമെന്നു നമുക്കു പൂർണ്ണമായി വിശ്വസിക്കാം. അച്ചന്റെ സേവനത്തെ കൊ ാടുന്ന സന്ദർഭത്തിൽ അച്ചനുവേ ി ദൈവത്തിന് സ്തോത്രം ചെയ്യാം.

ഓർമ്മകളുടെ താളുകൾ മറിക്കുമ്പോൾ

എൻ.എൽ.മത്തായി, ഇരവിപേരൂർ

അച്ചന്റെ പ്രവർത്തനരംഗമായിരുന്ന മദ്ധ്യതിരുവിതാംകൂർ മിഷൻഫീൽഡിലെ പഴയതലമുറ ഒട്ടുമുക്കാലും ഇന്ന് കടന്നുപൊയ്ക്കഴിഞ്ഞിരിക്കുകയാണ്. എങ്കിലും ഇന്നത്തെ തലമുറയ്ക്ക് അച്ചനെ ഒന്നു പരിചയപ്പെടുത്തിക്കൊടുക്കുന്നതിന് ഈ സംരംഭം അല്പമെങ്കിലും സഹായകരമായിരിക്കുമല്ലോ. അതിൽ സന്തോഷിക്കുകയും സംതൃപ്തിയടയുകയും ചെയ്യുന്നു.

ഒരു പുരുഷായുസ്സു മുഴുവൻ മദ്ധ്യതിരുവിതാംകൂർ മിഷനറിയായി ശുശ്രൂഷ നിർവ്വഹിച്ച മണ്ഡപത്തിലച്ചന്റെ കാലത്തെ മദ്ധ്യ തിരുവിതാംകൂർ മിഷൻഫീൽഡ് ഇന്നത്തെ അടൂർ-കടൽതീര മിഷൻഫീൽഡുകൂടി ഉൾപ്പെട്ടിരുന്നതും, ഏതാ ് എഴുപത്തിയഞ്ചിൽപരം 'സഭകൾ' ഉ ായിരുന്നതുമായ അതിവിസ്തൃതമായ ഒരു വയൽപ്രദേശമായിരുന്നു. ഈ പുതുസഭകളിലെ മാമോദീസാ, വിവാഹം, ശവസംസ്കാരം, വി. കുർബ്ബാന മുതലായ കൂദാശകൾ നിർവ്വഹിച്ചുകൊടുക്കുന്നതിനും പുറമെ ഈ സഭകളിൽ ഉ ാകുന്ന എണ്ണമറ്റ പ്രശ്നങ്ങൾ പഠിച്ച് അവയ്ക്ക് അപ്പഴപ്പോൾ പരിഹാരം ഉ ാക്കിക്കൊടുക്കേ തും മിഷനറി എന്ന നിലയ്ക്ക് അച്ചന്റെ ചുമതലയായിരുന്നു. ഇന്നത്തെപ്പോലെ സമീപ ഇടവകകളിലെ വികാരിമാരുടെ സേവനം സഭകൾക്ക് അക്കാലത്ത് ലഭിച്ചിരുന്നില്ല എന്ന വസ്തുത കണക്കിലെടുക്കുമ്പോഴാണ് മണ്ഡപത്തിലച്ചന്റെ ക്ലേശഭരിതമായ ശുശ്രൂഷയുടെ വൈപുല്യവും വൈഷമ്യവും കൂടുതൽ മനസ്സിലാകുന്നത്. 'പുലയരുടെ അച്ചൻ' എന്ന പേരിൽ പോലുമാണ് അന്ന് മണ്ഡപത്തിലച്ചൻ അറിയപ്പെട്ടിരുന്നത്.

ബഹുമാനപ്പെട്ട മണ്ഡപത്തിലച്ചനെക്കുറിച്ച് പലർക്കും പല വിധമായ മധുരസ്മരണകൾ അയവിറക്കുവാൻ

ഉ ാവും തീർച്ച. അച്ചനെക്കുറിച്ച് ഓർക്കുമ്പോൾ എന്റെ മനസ്സിൽ മിന്നിതിളങ്ങു ഒരു സംഭവം ഞാൻ അവതരിപ്പിച്ചു കൊള്ളട്ടെ.

ര ാം ലോകമഹായുദ്ധകാലത്ത് മദ്രാസ്, ബാംഗ്ലൂർ, ഡൽഹി, ഡെറാഡൂൺ, കൽക്കട്ടാ, ഹിമാലയസാനുക്കളി ലെ മുസ്സൂരി മുതലായ ഇന്ത്യയിലെ വിവിധ പട്ടണങ്ങളിലും സിലോണിലും സൈന്യസേവനം കഴിഞ്ഞ് കൊ.വ. 1124 – ൽ ഞാൻ വീട്ടിൽ മടങ്ങിയെത്തി ജോലിയൊന്നുമില്ലാതെ താമസിക്കുന്ന കാലം. ഇനി ഏതുവഴിക്ക തിരിയണം എന്ന ചിന്തയിൽ കഴിയുമ്പോഴാണ് മർത്തോമ്മാ സുവിശേഷ സംഘം ആഫീസിൽ ഒരു ടൈപ്പിസ്റ്റിനെ ആവശ്യമു ന്നുള്ള വിവരം അറിഞ്ഞത്. അന്യനാടുകളിൽ താമസിച്ചു മനംമടു ത്ത എനിക്കു സ്വദേശത്തു കിട്ടാവുന്ന ഈ ജോലിക്കുവേ ി ഒന്നു ശ്രമിച്ചാൽ കൊള്ളാമെന്നു തോന്നി, പക്ഷേ ഒരു ശുപാർശയ്ക്ക് ആരെയാണ് സമീപിക്കേ ത്? ആരെയാ ണ് ആശ്രയിക്കേ ത്? ഒരു എത്തും പിടിയുമില്ല. എനിക്കാ ണെങ്കിൽ സംഘവുമായി വ്യക്തിപരമായ യാതൊരു പരിച യമൊട്ടില്ലതാനും.

അപ്പോഴാണ് ഒരു അച്ചനെക്കുറിച്ച് ഓർത്തത്. മാർ ത്തോമ്മാ സഭയിലും പ്രത്യേകിച്ച് സുവിശേഷസംഘത്തിലും വളരെ സ്വാധീനവും പിടിപാടുമുള്ള ആൾ. എന്നെയും, എന്റെ മാതാ പിതാക്കളെയും ശരിക്കും അറിയാവുന്ന ആ അച്ചനെ ചെന്നു ക ് വിവരങ്ങൾ പറഞ്ഞു. ഒരു ശുപാർശ കത്തിനു വേ ി യാചിച്ചു. എല്ലാം ക്ഷമയോടും സഹതാപത്തോടും കൂടി മൂളി കേട്ടശേഷം അച്ചൻ പറയുകയാണ്.വളരെ പണം കൈകാര്യം ചെയ്യുന്ന ഒരു ആപ്പീസാണ് സുവിശേഷ സംഘം. നീ അവിടെ എന്തെങ്കിലും കൃത്രിമം കാണിച്ചാൽ.....? അദ്ദേഹം കൈ മലർത്തി.

പിറ്റേദിവസം രാവിലെ ഞാൻ പുത്തൻകാവിലേക്കു തിരിച്ചു. മണ്ഡപത്തിലച്ചനെ കാണാൻ. അദ്ദേഹമാണല്ലോ ഞങ്ങളുടെ മിഷനറിയച്ചൻ. ഏകദേശം എട്ടു മണിയോടു കൂടി ഞാൻ അച്ചന്റെ വീട്ടിലെത്തി, എന്നെ ക മാത്രയിൽ അച്ചൻ ചോദിക്കുകയാണ്

'തേവർകാട്ടു നിന്ന് വരികയാണ് അല്ലേ? ലാമേക്കു മൂപ്പന്റെ....?

'മകൻ' ഞാൻ തൊഴുതുകൊ   ു പറഞ്ഞു

'എനിക്കു മുഖച്ഛായ ക   പ്പോൾ അങ്ങിനെ തോന്നി. മൂപ്പൻ സുഖമായിരിക്കുന്നുവൊ? എന്തു ് തേവർകാട്ടു സഭയിൽ വിശേഷങ്ങൾ? ഇങ്ങനെ പല കാര്യങ്ങളും അച്ചൻ താല്പര്യപൂർവ്വം അന്വേഷിച്ചു.

ഒടുവിൽ ഞാൻ ചെന്ന കാര്യം പറഞ്ഞു.

'ശരി, ഇരിക്കൂ, ഞാൻ ഒരു എഴുത്തു തരാം.' അദ്ദേഹം ലറ്റർപാഡ് എടുത്ത് സുവിശേഷ സംഘം ആഫീസിൽ ഉള്ള വേക്കൻസിയിൽ എന്നെ നിയമിക്കണം എന്നു ശക്തിയായി ശുപാർശ ചെയ്തുകൊ ് ഒരു എഴുത്തെഴുതി. മടക്കി കവറിലിട്ട് ഒട്ടിച്ച് എന്റെ കയ്യിൽ തന്നിട്ടു പറഞ്ഞു. ഇതു കൊ ുപോയി സുവിശേഷസംഘം ആഫീസ് കറസ്പോ ിംഗ് സെക്രട്ടറി കെ.സി. ജോർജ് അച്ചന്റെ കയ്യിൽ കൊടുക്കണം. എന്നിട്ടു ജനറൽ സെക്രട്ടറി വി.പി. മാമ്മനച്ചനെയും, ട്രഷറർ പി.ഒ. ശമുവേൽ സാറിനെയും ക ു വിവരം പറയണം. അവർ വേ തു ചെയ്തു സഹായിക്കും.

ഞാൻ എഴുത്തും വാങ്ങിച്ച് തൊഴുതു യാത്ര പറഞ്ഞിറങ്ങാൻ ഭാവിച്ചപ്പോൾ 'നിൽക്ക്, കാപ്പികുടിച്ചിട്ട് പോകാം' എന്നു പറഞ്ഞ് അച്ഛൻ അടുക്കളയിലേക്ക് പോയി. അടുത്ത നിമിഷം അച്ചനും എനിക്കും കാപ്പി മേശപ്പുറത്തു വന്നു കഴിഞ്ഞു. ബഹുമാനപ്പെട്ട അച്ചൻ മേശയുടെ ഒരു വശത്തും ഞാൻ മറുവശത്ത് അച്ചന് അഭിമുഖമായും ഇരുന്ന് ഞങ്ങൾ കാപ്പി കുടിച്ചു. കാപ്പി കുടിക്കുന്നതിനിടയിൽ സംഘം ആപ്പീസിൽ ജോലി കിട്ടുന്ന പക്ഷം അവിടെ അനുവർത്തിക്കേ   രീതികളെക്കുറിച്ചും ചിട്ടകളെക്കുറിച്ചുമെല്ലാം അച്ചൻ ഒരു പിതാവ് മകനോട് എന്ന നിലയിൽ എന്നെ ഗുണദോഷിച്ചുകൊ ിരുന്നു.

ഇക്കാലത്ത് ഇതു വായിക്കുന്ന ആർക്കും ഇതിൽ എന്തെങ്കിലും പുതുമ കെ ത്താൻ കഴിഞ്ഞു വരികയില്ല.

അടുത്ത കാലത്ത് ബഹുമാന്യനും വിദ്യാസമ്പന്നനും സമു ന്നതനുമായ ഒരു വൈദീക പ്രമുഖനെ കാണാൻ അദ്ദേഹ ത്തിന്റെ വീട്ടിൽ ചെന്ന എനിക്കു പറ്റിയ ചെറിയ ഒരു 'അ ക്കിടി' യെക്കുറിച്ച് ഓർക്കുമ്പോഴാണ് മഹാനുഭാവനായ മ ണ്ഡപത്തിലച്ചൻ പാവപ്പെട്ട ഒരു സഭാംഗമായ എന്നോടു കാണിച്ച ക്രിസ്തീയ സ്നേഹത്തിന്റെയും സാഹോദര്യ ത്തിന്റെയും സമഭാവനയുടേയും ആഴവും പരപ്പും എനി ക്കു ശരിക്കും മനസ്സിലാക്കുവാൻ സാധിച്ചത്.

റവ. പി.ഐ. ജേക്കബ്
ജാതികളുടെ അപ്പൊസ്തലൻ

കെ.എം. ചാക്കോ

ബഹുമാനപ്പെട്ട മണ്ഡപത്തിലച്ചൻ. അതേ മാർ ത്തോമ്മാ സഭയിലെ പന്തീരായിരത്തോളം വരുന്ന അവശ വിഭാഗത്തിൽപ്പെട്ട സാധുജനങ്ങളുടെ അഭിവന്ദ്യ പിതാവായ അദ്ദേഹം താൻ സേവനമനു ഷ്ഠിച്ച സമൂഹത്തിന്റെ ഏവം വിധമായ ഉയർച്ച കൺകുളിർക്കെ ക ് സംതൃപ്തിയടഞ്ഞു എന്നതോർത്തു പരമകാരുണികനായ ദൈവത്തെ സ്തുതിക്കുന്നു.

സുവിശേഷസംഘത്തിന്റെ പ്രവർത്തനങ്ങൾ ഏകീകരിച്ചു ക്രമീകരിക്കുന്നതിനും നിയന്ത്രിച്ചു കൂടുതൽ കാര്യക്ഷമമാക്കുതിനും വേ ി പുതുസഭകളുടെ പട്ടക്കാരനായി. നിയമിക്കണമെന്നു ഉദ്ദേശിച്ചിരുന്ന മി. പി.ഐ. ജേക്കബിനു 1092-ൽ ശെമ്മാശു സ്ഥാനം നൽകി. അതേ വർഷം തന്നെ മിഷനിൽപ്പെട്ട സഭകളുടെ വൈദീക കർമ്മം നടത്തുന്നതിനു സുവിശേഷവേലയുടെ മേൽനോട്ടം വഹിക്കുന്നതിനുമായി നിയമിച്ചു അക്കാലങ്ങളിൽ അസ്പർശ്യരും അപരിഷ്കൃതരും വിദ്യാവിഹീനരുമായിരുന്ന അവശരുടെ ഇടയിൽ വേല ചെയ്യുവാൻ മറ്റുള്ളവർ അറച്ചിരുന്നു. എാൽ ആ കാലയളവിൽ ബഹു. അച്ചൻ സാധുസമൂഹത്തിലേക്കു അവരിലൊരാളെപ്പോലെ ഇറങ്ങിവന്നു പ്രവർത്തിച്ചത് അദ്ദേഹത്തിന്റെ സഹജീവികളോടുള്ള സഹാനുഭൂതിയും കൊ ുമാത്രമാണ്. അങ്ങനെ പുതുസഭകളുടെ പട്ടക്കാരനായി സുദീർഘമായ 34 സംവത്സരക്കാലം ഒരേ തസ്തികയിൽ ഒരേ സമൂഹത്തിൽ പ്രവർത്തിച്ച സകലരുടെയും അളവറ്റ സ്നേഹാദരവുകൾ സമ്പാദിച്ച ജോലിയിൽ നിന്നും വിരമിച്ചു.

സാധു ജാതികളുടെ ചെറ്റക്കുടിലുകളിൽ കയറിയിറങ്ങി ദൈവവചനം അറിയിച്ചും അക്ഷരജ്ഞാനമില്ലാതി

രുന്ന അവരെ വേദവാക്യങ്ങൾ പഠിപ്പിച്ചും ക്രിസ്തീയ കീർ
ത്തനങ്ങൾ അഭ്യസിപ്പിച്ചും പ്രാർത്ഥിക്കാൻ പരിശീലിപ്പി
ച്ചും ബഹുമാനപ്പെട്ട അച്ചൻ അനേകരെ ക്രിസ്തുവിനാദാ
യപ്പെടുത്തി. അവർക്കു വിദ്യാലയങ്ങളിൽ പ്രവേശനം നി
ഷേധിച്ചിരുന്ന അക്കാലത്ത് സംഘം വകയായി വിദ്യാലയ
ങ്ങൾ സ്ഥാപിച്ചു പഠിക്കുന്നതിനുള്ള ക്രമീകരണങ്ങൾ ചെ
യ്തു. ആരാധനയ്ക്കും സ േ സ്കൂൾ നടത്തുന്നതിനും,
ധ്യാനയോഗങ്ങൾ നടത്തുന്നതിനും ഈ വിദ്യാലയം പ്ര
യോജനപ്പെടുത്തി. സുവിശേഷസംഘം വിദ്യാലയങ്ങൾ തു
ടർച്ചയായി അദ്ദേഹം സന്ദർശിച്ചിരുന്നു. യാത്രാസൗകര്യം
കുറവായിരുന്നു അക്കാലത്ത്, സൈക്കിളിൽ ഒരു പെട്ടിയും
വച്ചുകെട്ടി ശുഭ്രവസ്ധാരിയായി സുസ്മേരവദനനായി വി
ദ്യാലയങ്ങളിൽ വന്നു കുട്ടികളെ ഒന്നിച്ചിരുത്തി വേദവാക്യ
ങ്ങൾ പറഞ്ഞുകൊടുക്കുന്നതും പാട്ടു പഠിപ്പിക്കുന്നതും ഇ
ന്നെന്നപോലെ ഈ ലേഖകന്റെ സ്മൃതിപഥത്തിൽ തങ്ങി
നിൽക്കുന്നു. അന്നു സുവിശേഷസംഘം സ്കൂളിലെ അ
ദ്ധ്യാപകർ അധികവും ഏതെങ്കിലും ഒരു സ്ഥലത്തെ സു
വിശേഷകൻ കൂടിയായിരിക്കും. അതുകൊ ് അദ്ധ്യാപക
സുവിശേഷകരുടെ ഒരു സൈന്യം തന്നെ അദ്ദേഹത്തിന്റെ
പിന്നിൽ പ്രവർത്തിച്ചിരുന്നു. മദ്ധ്യതിരുവിതാംകൂറിന്റെ വി
വിധ ഭാഗങ്ങളിലുള്ള സഭകളിൽ വർഷത്തിലൊരിക്കലെങ്കി
ലും അദ്ദേഹം എത്താതിരുന്നിട്ടില്ല. അങ്ങനെയുള്ള ദിവസ
ങ്ങൾ ആ സഭകൾക്കു ഒരു ഉത്സവമായിരുന്നു. അതിരാവി
ലെ തന്നെ ആളുകൾ പള്ളിയിലെത്തുകയും സ േ സ്
കൂൾ, ആരാധന, വിശുദ്ധ കുർബ്ബാന, ഭക്ഷണം, പൊതു
യോഗം എന്നിവയിൽ പങ്കെടുത്തശേഷം വൈകിട്ടു പിരി
ഞ്ഞു പോകുകയായിരുന്നു പതിവ്. കുടുംബങ്ങൾ സന്ദർ
ശിച്ചു ശുചിത്വം, ആരോഗ്യം, കുഞ്ഞുങ്ങളുടെ വിദ്യാഭ്യാ
സം എന്നി വയെക്കുറിച്ചു ജനങ്ങളെ ബോധവാന്മാരാക്കി
യിരിക്കുന്നു.

സമൂഹത്തിന്റെ ഉയർച്ചയ്ക്ക് വിദ്യാഭ്യാസം അത്യന്താ
പേക്ഷിതമാണെന്ന് അദ്ദേഹം വിശ്വസിച്ചിരുന്നതിനാൽ കുട്ടികളുടെ
വിദ്യാഭ്യാസ ത്തിനായി ഭഗീരഥപ്രയത്നം ചെയ്തിരുന്നു. അന്നു

വിദ്യാർത്ഥി വേതനം നൽകുന്ന പതിവു ായിരുന്നു, പലരുടെയും സഹായത്തോടുകൂടി കളം വരച്ച കാർഡുകളിൽ ഔദാര്യനിധികളിൽ നിന്നും സംഭാവനകൾ ശേഖരിച്ചുകൊടുക്കുകയും സഹായം ലഭിക്കുകയും ചെയ്തിട്ടുള്ള അനേകരിൽ ഒരാളാണ് ഈ ലേഖകനും. തൽഫലമായി വിദ്യാഭ്യാസത്തിനുള്ള താല്പര്യം സമൂഹത്തിലു ാകുകയും പലരും സാമാന്യം വിദ്യാഭ്യാസവും കുറച്ചുപേരെങ്കിലും ഉന്നത വിദ്യാഭ്യാസവും നേടുന്നതിനും ഇടയായി.

സാധുജാതികളുടെ സാമ്പത്തിക പുരോഗമനത്തിനായി സാങ്കേതിക വിദ്യാഭ്യാസവും പരമ്പരാഗത കുടിൽ വ്യവസായങ്ങളും പ്രോത്സാഹിപ്പിക്കുകയും ചെയ്തുപോന്നു. വർഷംതോറുമുള്ള സെൻട്രൽ യോഗങ്ങളും, കൈത്തൊഴിൽ, കുടിൽ വ്യവസായ ഉല്പന്നങ്ങളുടെ പ്രദർശനവും ആത്മീയവും ഭൗതികവുമായ വളർച്ചയ്ക്ക് സഹായകരമായിരുന്നു. സമീപ സഭകളിലെ ജനങ്ങൾ റാലിയായി വന്ന് ഈ യോഗങ്ങളിൽ പങ്കെടുക്കുന്നതും എല്ലാവരും ഒന്നിച്ചു സദ്യയിൽ പങ്കുചേരുന്നതും ജനങ്ങളുടെ ആവശ്യങ്ങൾ അന്വേഷിച്ചു പരിഹാരം കെ ത്തുന്നതും അന്നത്തെ പതിവായിരുന്നു. അവിസ്മരണീയങ്ങളായ അനുഭവങ്ങളായിരുന്നു അവ.

ഇങ്ങനെ സമൂഹത്തിന്റെ ആത്മിക-ഭൗതിക ഉന്നതിക്കുവേ ി അഹോരാത്രം പണിയെടുത്ത് ഒരു വലിയ സമൂഹത്തെ ആജ്ഞതയിൽ നിന്നും സഭയ്ക്കും ക്രിസ്തുവിനും വേ ി സമ്പാദിച്ച ആ ദൈവദാസന്റെ സ്നേഹോഷ്മളമായ പ്രവർത്തനങ്ങളുടെ പരിലാളനം ഏൽക്കാത്തവർ സമൂഹത്തിൽ കുറയും. വിസ്താര ഭയത്താൽ അവസാനിപ്പിക്കുകയാണ്. എല്ലാം കൊ ും അദ്ദേഹം 'ജാതികളുടെ അപ്പോസ്തലൻ' എന്ന പേരിനു സർവ്വഥാ യോഗ്യൻ തന്നെ.

മുതിർന്ന തലമുറയിലുള്ള ഓരോ വ്യക്തിക്കും അദ്ദേഹത്തിന്റെ സ്നേഹപൂർവ്വമായ പെരുമാറ്റങ്ങളെക്കുറിച്ച് തങ്ങളുടേതായ അനുഭവങ്ങൾ പറയുവാനു ാകും. അദ്ദേഹത്തിന്റെ നിസ്തുല്യമായ സേവനത്തിന്റെ അംഗീകാരത്തി

ന്റെ സൂചനയാണല്ലോ അദ്ദേഹം ശുശ്രൂശയിൽ നിന്നും വിരമിച്ചപ്പോൾ താൻ അതിപ്രധാനമെന്നു കരുതി പ്രവർത്തിച്ചിരുന്ന പിന്നോക്കവിഭാഗങ്ങളുടെ വിദ്യാഭ്യാസ പ്രോത്സാഹനത്തിനുവേ 1 അദ്ദേഹത്തിന്റെ പേരിൽ ഒരുനിധി സമ്പാദിക്കുവാൻ ആ സമൂഹത്തിൽപ്പെട്ടവർ തന്നെ മുന്നോട്ടു വന്നതും സുവിശേഷ പ്രസംഗസംഘം അതിനു അനുമതി നൽകിയതും.

സുവിശേഷ പ്രസംഗസംഘത്തിനും അതിലുപരി അവശവിഭാഗത്തിനും ദൈവരാജ്യ മഹത്വത്തിനുമായി ബഹു. അച്ചൻ അനുഷ്ഠിച്ച സേവനങ്ങൾക്കായി ദൈവത്തെ സ്തുതിക്കുന്നു.

മണ്ഡപത്തിലച്ചനോട് എനിക്കുള്ള ബന്ധം

റവ. പി.വി ഏബ്രഹാം

(റിട്ട. ഹൈസ്കൂൾ ഹെഡ്മാസ്റ്റർ, വെളുത്തേരിൽ, വാളകം)

ഈ ലേഖകൻ ചെങ്ങന്നൂർ ഹൈസ്കൂളിൽ പഠിക്കുന്ന കാലം ഒരുനാൾ വിദ്യാലയം വിട്ട് വെളിയിലോട്ടിറങ്ങുമ്പോൾ വിദ്യാർത്ഥികളായ ഞങ്ങൾ പലപ്പോഴും ഒരു നല്ല മനുഷ്യനെ കാണുമായിരുന്നു. അതു മറ്റാരുമല്ല, നമ്മുടെ മണ്ഡപത്തി ലച്ചൻ തന്നെ, ശുഭ്രമായ കുപ്പായം ധരിച്ച്, ഭംഗിയുള്ള ഒരു തൂവാല ഒരു പ്രത്യേകവിധത്തിൽ നെഞ്ചത്തു ചുറ്റി, കയ്യിൽ വേദപുസ്തകവും എടുത്ത്, അച്ചൻ തന്റെ ഇടവകജന ങ്ങളെ സന്ദർശിക്കുവാൻ പോകുകയാണ്. പുത്തൻകാവിലുള്ള അച്ചന്റെ വീട് ഹൈസ്കൂളിനോടടുത്ത് തന്നെയായിരുന്നു. വിദ്യാർത്ഥികളായ ഞങ്ങളോട് അച്ചൻ സ്നേഹപൂർവ്വം സംസാരിക്കും. ഓരോരുത്തരുടെയും പേരു മനസ്സിലാക്കാൻ ശ്രമിക്കും. 'നീ', 'എടാ' എന്നീ സംബോധനകൾ കൂടാതെ ഞങ്ങളുടെ വ്യക്തിത്വത്തെ അച്ചൻ ബഹുമാനിച്ചതു കൊ ു തന്നെ സംഭാഷണം നടത്തും. ഏതായാലും മാർത്തോമ്മാ സഭയിലെ ഒരു വൈദീകനായ മണ്ഡപത്തിൽ അച്ചൻ ഞങ്ങ ളുടെ ഹൃദയങ്ങളിൽ സ്ഥാനം പിടിച്ചു. അച്ചനെപ്പറ്റി അസാ മാന്യമായ ഒരു ബഹുമാനമാണ് എനിക്കു ായത്.

1929-ൽ ബാംഗ്ലൂർ വൈദീക കോളേജിലെ പഠനം പൂർത്തിയാക്കി ഞാൻ വീട്ടിലെത്തി. അന്ന് ഞാൻ ശെമ്മാ ശ്ശനായിരുന്നു. എന്റെ ഹൃദയത്തിൽ ഒരാഗ്രഹം ഉദിച്ചുയ ർന്നു. മറ്റാരുടെയും പ്രേരണകൊാ ാ ആ ആഗ്രഹം ഉ ാ യതല്ല. മണ്ഡപത്തിലെ അച്ചന്റെ കൂടെ കുറേനാൾ സഞ്ച രിച്ച് സുവിശേഷവേലയിൽ അല്പമായ പരിശീലനവും സ ഭാകാര്യങ്ങളെപ്പറ്റി സാമാന്യമായ പരിജ്ഞാനവും നേട ണം. ഇതായിരുന്നു ഉള്ളിൽ ഉദിച്ച ആഗ്രഹം. സഭയുടെ അ

ധികാരസ്ഥാനത്തു നിന്നും ഇതിലേക്കുള്ള അനുവാദവും എനിക്കു ലഭിച്ചു. തൽഫലമായി മണ്ഡപത്തിലച്ചന്റെ കൂടെ കുറച്ചുകാലം ഞാൻ സഞ്ചരിച്ചു. ചില സഭകൾ സന്ദർശിച്ചു. സഭയിൽ ചേർന്ന പാവപ്പെട്ട സഹോദരങ്ങളോട് എത്ര സ്നേഹത്തോടും വാത്സല്യത്തോടും കൂടിയാണ് മിഷനറി അച്ചൻ പെരുമാറിയത് എന്ന് നേരിട്ട് ക ു മനസ്സിലാക്കുവാൻ എനിക്ക് ഇടയായി. ഹോമിയോപ്പതി ചികിത്സയിൽ സാമാന്യം പ്രാവീണ്യം നേടിയിരുന്ന അച്ചൻ 'വൈദ്യനായ പ്രിയ ലൂക്കൊസിനെപ്പോലെ മനുഷ്യരുടെ ശാരീരികമായ സുഖലബ്ദിക്കുവേ ി ബുദ്ധിപൂർവ്വം പ്രവർത്തിച്ചു. ഇന്ന് ഈ വിധത്തിലുള്ള പ്രവർത്തനം വളരെ ആവശ്യമാണെന്ന് എല്ലാവരും സമ്മതിക്കും.

കു റ, പേരയം, പെരുനാട്, കൊല്ലം മുതലായ ഇടവകകളുടെ സഹായപട്ടക്കാരനായി 1930- ൽ ഞാൻ നിയമിതനായി. ആ പ്രദേശങ്ങളിൽ ചുറ്റിക്കറങ്ങി കഴിയുന്നതെല്ലാം ഞാൻ ചെയ്തു. എഴുത്തു മൂലമുള്ള ക്രൈസ്തവസാഹിത്യം മൂലമുള്ള സുവിശേഷവേലയിൽ എനിക്കുള്ള വിശ്വാസം വളരെ ഉറച്ചതുതന്നെയാണ്. അതുമൂലം കു റ താമസിച്ചുകൊ ് ചില പുതിയ ശ്രമങ്ങൾ ഞാൻ ആരംഭിച്ചു. എന്റെ ഉടമസ്ഥതയിലും പത്രാധിപത്യത്തിലും 'ആത്മപ്രകാശിനി' എന്നു പേരായ ഒരു ക്രൈസ്തവമാസിക ഞാൻ ആരംഭിച്ചു. ഏകനായി ഞാൻ മാസിക തുടങ്ങിയത് വലിയ സാഹസികവൃത്തിയായിപ്പോയെന്ന് പലരും കുറ്റപ്പെടുത്തി. എങ്കിലും പതിവുപോലെ ആന്തരിക പ്രേരണയ്ക്കു ഞാൻ കീഴടങ്ങി. പീരുമേട്, മു ക്കയം മുതലായ സ്ഥലങ്ങളിൽ അക്കാലത്ത് ആത്മപ്രകാശിനി മാസികയ്ക്ക് നല്ല പ്രചാരം സിദ്ധിച്ചുവെന്ന് ഞാൻ സന്തോഷത്തോടു കൂടി ഓർക്കുമായിരുന്നു.

1933-ൽ വാളകം മാർത്തോമ്മാ മിഡിൽ സ്കൂളിലെ അദ്ധ്യാപകനായി എന്നെ സ്ഥലം മാറ്റി. സ്കൂളിലെ ജോലിക്കു പുറമെ മൂന്ന് ഇടവകകളുടെ വികാരി സ്ഥാനവും ഞാൻ വഹിക്കേ ിവന്നു. ഈ ജോലികളോടുകൂടി ആത്മപ്രകാശിനി മാസിക നടത്തിക്കൊ ുപോകുകയെുള്ളത്

വളരെ ക്ലേശകരമായ ഒരു ജോലിയായി എനിക്ക് തോന്നി. അക്കാലത്ത് മണ്ഡപത്തിലച്ചൻ ദൈവാത്മ പ്രേരിതനായി മുമ്പോട്ടു വരികയും ആത്മപ്രകാശിനി മാസികയുടെ ഉടമ സ്ഥാവകാശം എന്നിൽ നിന്നും എഴുതിവാങ്ങിക്കുകയും ചെയ്തു. അച്ചന്റെ ചുമതലയിൽ മാസിക പുതുതായി ആരംഭിച്ചു. സൗകര്യംപോലെ വല്ലപ്പോഴും ഞാൻ മാസികയിൽ എഴുതിക്കൊ ിരുന്നു. എന്നാൽ, മാസികയുടെ പത്രാധിപരായി എന്റെ പേരാണ് അച്ചൻ മാസികയിൽ ചേർത്തിരുന്നത്. ഇതിൽ ഞാൻ അത്ഭുതപ്പെട്ടു. വി. പൗലോസിനെപ്പോലെ സഹപ്രവർത്തകരെ മുമ്പോട്ടു വിടുന്നതിനും ബഹുമാനിക്കുന്നതിനും പ്രോത്സാഹിപ്പിക്കുന്നതിനും മണ്ഡപത്തിലച്ചനു ായിരുന്ന വ്യഗ്രത പ്രശംസനീയം തന്നെ.

മാർത്തോമ്മാ സഭയുടെ ദീനബന്ധു - മണ്ഡപത്തിലച്ചൻ

റവ. റ്റി. ബി. ജോൺ

സുവിശേഷിക്കാത്ത സഭ അഗ്നി ഇല്ലാത്ത കരിക്കെന്നപോലെയാണ് എമ്മിൽ ബ്രൂണർ പ്രസ്താവിച്ചത് എന്നും യാഥാർത്ഥ്യമാണ്. മാർത്തോമ്മാ സഭ ഒരു സുവിശേഷസഭയാണ്; സഭയുടെ ആത്യന്തിക ലക്ഷ്യം സുവിശേഷീകരണവും.

ഈ മഹത്തായ ലക്ഷ്യബോധത്തോടെ ആരംഭിച്ച സുവിശേഷ പ്രസംഗസംഘം എന്നും സഭയുടെ പ്രചോദനവും പ്രകാശവുമാണ്. ആ വലിയ ദൗത്യനിർവ്വഹണത്തിൽ സഭയെ സംബന്ധിച്ചു മാത്രമല്ല മദ്ധ്യകേരളത്തിലെ അവശ വിഭാഗങ്ങളെ ഒന്നാകെ സമുദ്ധരിക്കുന്ന തിനുള്ള പ്രാരംഭ പ്രവർത്തനത്തിനുവേ ി, അർപ്പണബോധത്തോടെ ദൈവ കരങ്ങളിൽ പ്രയോജനപ്പെട്ട ഏറ്റവും വലിയ വ്യക്തി എന്ന പദവി ബഹു. മണ്ഡപത്തിലച്ചനു ലഭിച്ചിട്ടു ് .

അച്ചനുമായി നാല്പത്തി ര ു വർഷം മുമ്പ് അടുത്തു ബന്ധപ്പെട്ട എനിക്ക്, മറ്റാരിലും ദർശിക്കാൻ കഴിയാത്ത ദൈവസ്നേഹം കാണുവാനും അനുഭവിക്കുവാനും ഇടയായിട്ടു ്. മദ്ധ്യതിരുവിതാംകൂർ മിഷനറി എന്ന മഹനീയ പദവിയും, ഭാരിച്ച ചുമതലയും വിജയപ്രദമായി നിലകൊ   ഈ സ്വാർത്ഥരഹിതമായ സ്വഭാവവിശേഷം ആണെന്ന് ഞാൻ പൂർണ്ണമായി വിശ്വസിക്കുന്നു.

എൺപതുകാരനായിത്തീർന്നിരിക്കുന്ന വൃദ്ധനായ ഈ ലേഖകൻ പുറകോട്ടു നോക്കുകയും, അത്ഭുതകരമായ രീതിയിലു ായ ദൈവനടത്തിപ്പു മനസ്സിലാക്കുകയും നന്ദിയോടുകൂടി ദൈവത്തെ സ്തുതിക്കുകയും ചെയ്യുന്നു. എന്റെ ചെറുപ്പകാലത്ത് പക്വമതിയായ മണ്ഡപത്തിലച്ചൻ എനിക്കു നൽകിയ ക്രിസ്തീയ കൂട്ടായ്മയ്ക്കുവേ ി ഞാ

ൻ ഹൃദയപൂർവ്വം നന്ദി പറയുന്നു. അച്ചനുവേ 1 പ്രാർ ത്ഥിക്കുന്നു. അച്ചന്റെ സ്മരണയെ നിലനിർത്തുവാൻ എന്തെല്ലാമാണ് ചെയ്യുവാൻ പോകുന്നത് എന്ന് അറിയു ന്നില്ല. എല്ലാം സംരംഭങ്ങളിലും ഹൃദയപൂർവ്വം പങ്കെടുക്കു വാൻ ദൈവം എനിക്കവസരം നൽകുമെന്നു ഞാൻ വിശ്വ സിക്കുന്നു.

ഇന്ന് ഇടവകകളുടെ പദവിയിൽ എത്തിയിരിക്കുന്ന ഓരോ സഭയിലും പ്രത്യേക യോഗങ്ങൾ വച്ചിട്ട് ബഹു. അ ച്ചൻ അവിടെ സന്ദർശിക്കും. ജനങ്ങളുടെ എല്ലാ കാര്യങ്ങ ളും അന്വേഷിക്കുകയും അവ പ്രായോഗികമായി പരിഹരി ക്കുകയും ചെയ്യാറു ്. സഭാജനങ്ങളുമായി അച്ചൻ ഇടപെ ടുന്നതു ക ാൽ വളരെ ആദരവും അത്ഭുതവും തോന്നും. ദൈവസ്നേഹത്തിന്റെ അതിരും വരമ്പും ഇല്ലാത്ത ഒഴുക്ക്, അച്ചനിൽ ക തുപോലെ മറ്റെങ്ങും ക ിട്ടില്ല. മറ്റുള്ളവ രെ തടസ്സം കൂടാതെ സ്നേഹിക്കുകയും, അവരുടെ ആള ത്വത്തെ ആദരിച്ച്, ക്രിസ്തുവിൽ തികഞ്ഞവരായി നിറു ത്തുന്ന പ്രക്രിയ അച്ചന്റെ പ്രത്യേകതയും ജീവിതത്തിന്റെ ഭാഗവുമാണ്. ത്യാഗവും ആദർശവും സർഗ്ഗശക്തിയും അ ച്ചനിൽ നിന്ന് പലരും പഠിക്കേ ിയിരിക്കുന്നു. ആർദ്രത യും ദയാലുത്വവും അച്ചന്റെ ദൈനംദിന ജീവിതത്തിലെ മാറിപോകാത്ത കർത്തവ്യം തന്നെ. പാവപ്പെട്ടവരെക്കുറി ച്ചുള്ള അച്ചന്റെ കരുതലും തലോടലും അടുത്തറിയു മ്പോൾ സാക്ഷാൽ "ദീനബന്ധു" എന്ന പുണ്യനാമം മറ്റാർ ക്കുമല്ല നൽകേ ത് എന്നും ചിന്തിക്കാറു ്. ബംഗാളിന്റെ ഗ്രാമ ത്തിലെ ഉടമസ്ഥരില്ലാത്ത കുട്ടികളിൽ ദൈവസ്നേഹ ത്തിന്റെ അണ പൊട്ടിച്ച് ഒഴുക്കിയ'മദർ തേരസ്സാ'യ്ക്കു ആ ധുനിക ലോകം നോബേൽ സമ്മാനം വരെ നൽകി മാനി ച്ചു. മാർത്തോമ്മാ സഭ മണ്ഡപത്തിലച്ചനെ ഓർമ്മിച്ചാൽ എത്ര നോബേൽ സമ്മാനം കൊടുത്താൽ മതിയാകും? ബഹു. അച്ചന്റെ കാര്യശേഷിയും സ്വഭാവമഹിമയും പൊ തു അംഗീകാരവും വിസ്മരിക്കാവുതല്ല. അധികാരത്തിന്റെ പൊതുക്കസേരകൾ അച്ചനെ ആദരപൂർവ്വം മാടിവിളിച്ച പ്പോൾ

വില തീരാത്ത മനുഷ്യാത്മാവിനെ നേടുകയാണ് തന്റെ ലക്ഷ്യമെന്ന് സംശയം കൂടാതെ ഉറക്കെ പ്രസ്താവിച്ചതു മറക്കാറായില്ല. ഇന്നു മാതൃകയാക്കേ തുമാണ്. അച്ചൻ ഒരിക്കൽ സഭാ കൗസിലേക്ക് തെരഞ്ഞെടുക്കപ്പെട്ടപ്പോൾ, ആരാണ് എന്റെ പേര് എഴുതി കൊടുത്തതെന്ന് കുറ്റപ്പെടുത്തി ചോദിക്കുകയു ായി. ഒരിക്കലും സ്ഥാനത്തിനു വേ ി ചിന്തിക്കാത്ത ബ: മണ്ഡപത്തിലച്ചനെ മാലാഖയുടെ പരിശുദ്ധിയോടെ മാത്രമേ ഓർമ്മിക്കാൻ കഴിയുകയുള്ളു. പുതിയ ഇടവകകളും ജനങ്ങളും ബഹു. മണ്ഡപത്തിലച്ചന്റെ നേട്ടങ്ങൾ തന്നെ.

സുവിശേഷകരെ പ്രയോജനപ്പെടുത്തിയതിൽ വിജയിച്ചതും അച്ചനാണ്. അച്ചന്റെ പ്രവർത്തനകാലത്തെ പിൻനിരന്ന സേനാനികൾ സുവിശേഷകരായിരുന്നു. ഇന്ന് അതിന്റെ ശുഷ്ക്കതയല്ല, ശൂന്യതയിലേക്കാണ് പ്രയാണം. മഹാനായ അച്ചന്റെ വ്യക്തിത്വവും നേതൃത്വവും അളക്കുവാൻ പാടില്ലാത്തവണ്ണം വലുതാണ്. സാഹിത്യവും ചരിത്രപാണ്ഡിത്യവും അച്ചന്റെ പ്രത്യേകതയത്രെ. അച്ചന്റെ ആഭിജാത്യവും ഉന്നത വിദ്യാഭ്യാസമുള്ള കുടുംബ പശ്ചാത്തലവും എടുത്തു പറയേ തുമാണ്. കേരളത്തിലെ പുരാതന ക്രിസ്ത്യാനികളുടെ കുടുംബ പാരമ്പര്യങ്ങൾ രേഖപ്പെടുത്തിയിട്ടുള്ളതും സന്ദർഭവശാൽ ക ിട്ടു ്. സമൂഹത്തിലെ ചിലരുടെ പരാക്രമങ്ങളും മറ്റും സാന്ദർഭികമായി കാണുമ്പോൾ ഊറി ചിരിച്ചുപോകും.

അച്ചന്റെ വീട് നിരവധി ആത്മികപ്രവർത്തകരെ വാർത്തിറക്കിയിട്ടുള്ള 'ഹെർമറ്റേജ്' ആണ് അവിടത്തെ സുലഭ സല്ക്കാരങ്ങൾ ദൈവസ്നേഹത്തിന്റെ പ്രതീകവും ഇന്ത്യയുടെ സ്വാതന്ത്ര്യതുടുപ്പിൽ പങ്കെടുക്കാതെ 'നൗഖലി'യിൽ പ്രാർത്ഥിച്ചു ഗാന്ധിജിയെപ്പോലെ പൊതു സന്തോഷസന്ദർഭങ്ങളിൽ അച്ചൻ പ്രധാനരംഗത്തു പ്രത്യക്ഷപ്പെടുകയില്ല. ഇന്നും സുവിശേഷത്തിന്റെ ഭാഗമാണ് അച്ചൻ. ജീവിതസായാഹ്നത്തിലും ലഘുലേഖകളും ചെറുപുസ്തകങ്ങളും സഖിമാരാണ്. ആത്മാക്കളെക്കുറിച്ചുള്ള അടങ്ങാത്ത ആവേശവും ചൈതന്യനിർഭരതയും.

ചിന്തിക്കുന്നതു മാത്രം പറയും പറയുന്നതും മാത്രം പ്രവർത്തിക്കും. 'ഉവ്വ്, ഉവ്വ്' എന്നും 'ഇല്ല, ഇല്ല' എന്നുമുള്ള സുവിശേഷ സത്യങ്ങൾ, അച്ചന്റെ ജീവിതത്തിന്റെ പ്രായോഗിക അനുഭവമാണ്. മറ്റുള്ളവരെ വേദനപ്പെടുത്തുന്ന വാക്കുകൾ അച്ചന്റെ കൈവശം വന്നുചേരുകയില്ല.

വഴിയരികിൽ കാണുന്ന ഭിക്ഷക്കാരെ അവഗണിക്കുകയില്ല. കാരണം വിലതീരാത്ത ഒരു 'ആത്മാവ്' അവരിലും ഉെ ന്നു പറയുക പതിവാണ്. അച്ചന്റെ പല ജീവിത മാതൃകകൾ ഇന്നും എന്റെ കർമ്മസരണികളിൽ വെളിച്ചം വീശിക്കൊ ിരിക്കുന്നു. അങ്ങനെ പലരുടേയും. 'കാരുണ്യവാനായ ദൈവമേ' എന്ന് തുടങ്ങുന്ന അച്ചന്റെ പ്രാർത്ഥന ഭീതി അകറ്റി ധൈര്യം നൽകിയിട്ടു ്. 'ശില അലിഞ്ഞതു മാത്രമല്ല, സ്വർഗ്ഗവും തുറന്നല്ലോ സാറേ' എന്ന് ഒരിക്കൽ പരേതനായ വി.ഒ. ശമുവേൽ സാറിനോട് ഏബ്രഹാം മാർത്തോമ്മാ തിരുമേനി നനഞ്ഞ കണ്ണുകളോടെ പറഞ്ഞതിന് ഞാനും സാക്ഷിയാണ്.

അച്ചന്റെ കൂടെ താമസിച്ചപ്പോൾ സഭകൾ സന്ദർശിക്കുതിന് എന്നെയും കൊ ുപോകുക പതിവായിരുന്നു. എന്നെ സാക്ഷി പറയുവാനും പ്രസംഗിക്കാനും പഠിപ്പിച്ചു. പ്രായപൂർത്തിയാകാതെ പ്രേരിപ്പിച്ചു ക്രിസ്ത്യാനിയാക്കി എന്നു പറഞ്ഞ്, സി.പി. രാമസ്വാമി അയ്യരുടെ പോലീസ്, എന്നെ പിടിക്കുന്നതിനു മണ്ഡപത്തിൽ വന്നു. ആ സമയം ആമല്ലൂരിലെ അരമനയിൽ ഏബ്രഹാം മാർത്തോമ്മാ തിരുമേനിയും, പി.ഒ. ശാമുവേൽ സാറുമായി, ഭാവികാര്യങ്ങൾ എങ്ങനെ എന്ന് ചിന്തിക്കുകയായിരുന്നു. പെട്ടെന്ന് ഒരാൾ വിവരവുമായി അവിടെ വന്നു. തൃപ്തിപ്പെടാതെ അച്ചനും സൈക്കിളിൽ എത്തി. ഗദ്ഗദത്തോടെ സംഭവങ്ങൾ പറഞ്ഞു. പോംവഴിക്കു വേ ി രാത്രി മുഴുവൻ ഞങ്ങൾ പ്രാർത്ഥിച്ചു. ഒടുവിൽ ഭാവിയെക്കുറിച്ച് വ്യക്തമായ ബോധം കിട്ടി. ദൈവമുമ്പാകെ തീരുമാനം എടുത്തു. അപ്പോഴാണ് അച്ചന്റെ പ്രാർത്ഥനയെക്കുറിച്ച് തിരുമേനി മേൽ കാണുന്ന വാചകം പറഞ്ഞത്.

ഹോമിയോപ്പതി ചികിത്സയിൽ അച്ചന്റെ വിജ്ഞാനം വളരെ യാണ്. മറ്റുള്ളവരെ സമീപിക്കുതിനുള്ള 'മീഡിയ' മായി അദ്ധ്യാപകരും സുവിശേഷകരും അച്ചന്റെ ശിഷ്യത്വം സ്വീകരിച്ചിട്ടു ്. അച്ചൻ മരുന്നിനു വില വാങ്ങുകയില്ല. വരുന്നവരുടെ കയ്യിൽ ഉള്ള ഏറ്റവും ചെറിയ നാണയം ഉ ങ്കിൽ മാത്രം ഒരു ടിന്നിൽ ഇടുക സ്വല്പം മരുന്നു വാങ്ങും ബാക്കി പാവങ്ങളെ സഹായിക്കും.

ബഹു. അച്ചന്റെ സത്യസന്ധതയും ത്യാഗപൂർണ്ണവും ക്ലേശം നിറഞ്ഞതുമായ ജീവിത സേവനങ്ങളെക്കുറിച്ച് ചിന്തിക്കുമ്പോൾ സുവിശേഷകനായ ഇഗ്നേഷ്യസ് ലയോളയെ ഓർമ്മിച്ചുപോകും. കണക്കു നോക്കാതെ കൊടുക്കുക, സ്വസ്ഥത കാംക്ഷിക്കാതെ അദ്ധ്വാനിക്കുക, മുറിവുകളെ കെട്ടാതെ പോരാടുക, പ്രതിഫലം ദൈവഹിതം മാത്രമാണെുള്ള ബോധം ഇതാണ് മണ്ഡപത്തലച്ചന്റെ പ്രത്യയശാസ്ത്രം. മനുഷ്യൻ ഉള്ള കാലത്തോളം ബഹു.മണ്ഡപത്തിലച്ചൻ മാർത്തോമ്മാ സഭയുടെ ദീനബന്ധുവായി സ്മരിക്കപ്പെടുക തന്നെ ചെയ്യും. അച്ചന്റെ ആളിക്കത്തിക്കൊ ിരിക്കുന്ന അദ്ധ്യാത്മികപ്രഭയുടെ മുന്നിൽ പൂർവ്വസ്മരണകളുടെ പൂക്കുലകൾ അർപ്പിച്ചുകൊള്ളുന്നു.

മണ്ഡപത്തിലച്ചന്റെ കാലം

റവ. സി. റ്റി. ജോൺ, പുനലൂർ

മണ്ഡപത്തിലച്ചന്റെ സേവനം ദീർഘകാലം അനുഭവിച്ചത് മധ്യതിരുവിതാകൂറിലെ പിന്നോക്ക വിഭാഗങ്ങളാണ്. ദീർഘവർഷങ്ങളായി തുടർച്ചയായി മധ്യതിരുവിതാംകൂർ മിഷനറിയായി ബഹു.അച്ചൻ പ്രവർത്തിച്ചിട്ടു ്. ഒരു പട്ടക്കാരനെന്നതിനേക്കാൾ ഉപരിയായി ഒരു കാലഘട്ടമായിട്ടാണ് മദ്ധ്യതിരുവിതാംകൂറിലെ ചേരമരും സാംബവരും മണ്ഡപത്തിലച്ചനെ കാണുന്നത്. 'മണ്ഡപത്തിലച്ചന്റെ കാലത്തു' എന്നു പ്രായമുള്ള പലരും പറയാറു ്.

വളരെ ശ്രദ്ധേയമായ ഒരു കാലയളവിലാണ് മണ്ഡപത്തിലച്ചൻ മദ്ധ്യതിരുവിതാംകൂറിൽ പ്രവർത്തിച്ചത് അജ്ഞത, അന്ധവിശ്വാസം, ജാതിചിന്ത ഇവയെല്ലാം മണ്ഡപത്തിലച്ചന് അഭിമുഖീകരിക്കേ ിയിരുന്നു. വിദ്യാഭ്യാസപരമായി സഭാ ജനങ്ങൾ വളരെ പിന്നിലായിരുന്നു. അച്ചന്റെ താല്പര്യവും പ്രോത്സാഹനവും മൂലം ചിലർക്കെങ്കിലും ഉന്നത വിദ്യാഭ്യാസത്തിനുള്ള അവസരം ലഭിച്ചു. സർക്കാർ ആനുകൂല്യങ്ങൾ ഇല്ലാതിരു കാലയളവിൽ സാമ്പത്തിക സഹായം നൽകി അർഹതയുള്ളവരെ പ്രോത്സാഹിപ്പിച്ചു. പഠിക്കുവാൻ സാധിക്കാതെ പോയവർ പോലും വിദ്യാഭ്യാസത്തിന്റെ പ്രാധാന്യം ഗ്രഹിക്കുകയും ഭാവി തലമുറയുടെ വിദ്യാഭ്യാസത്തിൽ ശ്രദ്ധിക്കുകയും ചെയ്യുവാൻ ഇടയായി. സർവ്വ കലാശാല ബിരുദം നേടിയ നല്ലൊരു വിഭാഗം ഇന്നു മദ്ധ്യതിരുവിതാംകൂറിൽ ഉ ്. പിന്നോക്ക വിഭാഗങ്ങളുടെ വിദ്യാഭ്യാസപരമായ ഉയർച്ചയ്ക്ക് മണ്ഡപത്തിലച്ചന്റെ പ്രോത്സാഹനം ഫലകരമായിട്ടു ്.

അവശ ക്രിസ്ത്യാനികൾ, പിന്നോക്ക വിഭാഗങ്ങൾ - മദ്ധ്യതിരുവിതാംകൂറിലെ സഭാജനങ്ങൾ - ഇങ്ങനെയാണ് അറിയപ്പെടുന്നത്. ഈ പേരുകൾ ആരും ഇഷ്ടപ്പെടുന്നില്ല. എങ്കിൽ തന്നെയും പിന്നോക്കവും അവശതയും ഈ വിഭാ

ഗങ്ങൾക്കു ്. ഏറ്റവും കൂടുതലായി സാമ്പത്തികമായ പിന്നോക്കവും അവശതയും സേവനവ്യവസ്ഥകളില്ലാത്ത ഈ പിന്നോക്കസ്ഥിതിക്ക് മാറ്റമു ാകുകയില്ല. മണ്ഡപത്തിലച്ചന്റെ കാലത്തു വിദ്യാഭ്യാസ യോഗ്യതകളുള്ളവർക്ക് സഭയിൽ അർഹമായ ജോലികൾ കൊടുത്ത് സഹായിച്ചിട്ടു ്. മതത്തിന്റെ പേരിലുള്ള വിവേചനം നിലനിൽക്കുന്ന സാഹചര്യത്തിൽ സഭയുടെ ശ്രദ്ധ ഈ രംഗത്തും പതിയണമെ. എന്നാൽ ഇപ്രകാരം ഉന്നതവിദ്യാഭ്യാസവും ഉദ്യോഗവും ലഭിച്ചവരിൽ ചിലർ സഭ വിട്ടുപോയെന്നുള്ള വസ്തുത നന്ദികേടിന്റെ പര്യായമായി നിലകൊള്ളുന്നു.

ഹൈന്ദവ സ്വാധീനം മൂലം മദ്ധ്യതിരുവിതാംകൂറിലെ പിന്നോക്ക വിഭാഗങ്ങൾ സത്യദൈവാരാധനയിൽ നിന്നന്യപ്പെട്ടിരുന്നു. യേശുക്രിസ്തുവിൽ വെളിപ്പെട്ട ദൈവത്തെ ആരാധിക്കുവാൻ അച്ചൻ ജനങ്ങളെ പഠിപ്പിച്ചു. രോഗശമനത്തിനും മറ്റും മാന്ത്രികശക്തിയിൽ വിശ്വസിച്ചിരുന്നവർ പാപത്തിനും രോഗത്തിനും പരിഹാരം നൽകുന്ന ക്രിസ്തുവിന്റെ അതുല്യശക്തിയിൽ വിശ്വസിക്കുവാൻ ഇടയായി. സത്യദൈവത്തെ ആരാധിച്ചവരുടെ തലമുറയെ ദൈവം ഉയർത്തി. പിന്നോക്കവിഭാഗങ്ങളുടെ വസ്ത്രധാരണം, ശുചിത്വം കൃത്യനിഷ്ഠ ഇവയിലെല്ലാം മണ്ഡപത്തിലച്ചന്റെ ശ്രദ്ധ പതിഞ്ഞിരുന്നു.

പിന്നോക്ക വിഭാഗങ്ങളുടെ ഉദ്ധാരണത്തിനായി മണ്ഡപത്തിലച്ചൻ വളരെ ക്ലേശങ്ങൾ അനുഭവിച്ചിട്ടു ്. ജാതികളുടെ അപ്പോസ്തലനായ വി.പൗലോസിനെപ്പോലെ പട്ടിണി, അദ്ധ്വാനം, പൈദാഹം, സ്വജനത്താലുള്ള ആപത്ത്, ജാതികളാലുള്ള ആപത്ത്, എന്നീ അസാധാരണ സംഗതികൾ കൂടാതെ ഇന്ന് ഇടവകകളാക്കിയ സഭകളെക്കുറിച്ചുള്ള ചിന്താഭാരവും അനുഭവിക്കേ ിവന്നിട്ടു ്. പിന്നോക്ക വിഭാ ഗങ്ങളുടെ അച്ചനായ മണ്ഡപത്തിലച്ചന് ഇരിപ്പിടങ്ങൾ കൊടുക്കാൻപോലും മടികാണിച്ചവരു ്.

അച്ചനുമായി ഇടപെടുവാൻ അധികം സാധിച്ചിട്ടില്ല. ക ിട്ടുള്ള എല്ലാ സന്ദർഭങ്ങളിലും അച്ചന്റെ സുവിശേഷ താല്പര്യവും മദ്ധ്യതിരുവിതാംകൂറിലെ ജനങ്ങളെക്കുറിച്ച്

അറിവാനുള്ള ആകാംക്ഷയും എന്നെ ആകർഷിച്ചിട്ടു ്. മദ്ധ്യതിരുവിതാംകൂറിലെ ജനങ്ങളുടെ ഉന്നമനത്തിനായി മണ്ഡപത്തിലച്ചൻ ചെയ്ത സേവനങ്ങളെ എത്രമാത്രം പ്രകീർത്തിച്ചാലും അവയെല്ലാം വസ്തുതകൾ മാത്രമായിരിക്കും. അച്ചന്റെ പ്രവർത്തനങ്ങളെ കേവലം വാക്കുകളിൽ സംക്ഷേപിക്കാവുന്നതല്ല. മണ്ഡപത്തിലച്ചന്റെ കാലം മദ്ധ്യതിരുവിതാംകൂറിന് മടക്കിക്കിട്ടിയിരുങ്കെിൽ! അച്ചനുവേ ി ഞങ്ങൾ പ്രാർത്ഥിക്കുന്നു.

'എന്നാൽ ബുദ്ധിമാന്മാർ ആകാശമണ്ഡലത്തിന്റെ പ്രഭപോലെയും പലരെയും നീതിയിലേക്ക് തിരിക്കുന്നവർ നക്ഷത്രങ്ങളെപ്പോലെയും എന്നും എന്നേക്കും പ്രകാശിക്കും' (ദാനി. 12:3).

മണ്ഡപത്തിലച്ചൻ വിനീതനായ ഒരു ക്രൈസ്തവ ദാസൻ

മാമ്മൻ ഫിലിപ്പ്

ഞാൻ എന്റെ ബാല്യദശയിൽ ഏറെ ആദരിച്ചിരുന്ന മൂന്നു അച്ചന്മാർ. കലമണ്ണിലെ വല്യച്ചനും കെ. ഇ. ഉമ്മനച്ചനും മണ്ഡപത്തിലച്ചനുമായിരുന്നു. ഇവരെ അടുത്ത് പരിചയപ്പെടുന്നതിന് എന്റെ ബാല്യകാലത്ത് സാധിച്ച് എന്നത് ഒരു ഭാഗ്യമായി ഞാൻ ഇന്നും കരുതുന്നു. എന്റെ ബാല്യകാലം എന്റെ മാതൃഭവനമായ കുമ്പനാട് കുടുംബത്തിലാണ് ഞാൻ ചിലവഴിച്ചത്. പ്രശസ്തമായ ഈ കുടുംബത്തോട് കലമണ്ണിൽ കുടുംബം പലവിധത്തിൽ ബന്ധപ്പെട്ടിരുന്നു. അതിനാൽ ഞാൻ പല ആവശ്യങ്ങൾക്കു കലമണ്ണിൽ പോകുമായിരുന്നു. കലമണ്ണിലെ അച്ചന്മാർക്ക് എന്റെ മാതാമഹനോടുള്ള സ്നേഹം എന്നോടു വാത്സല്യമായി മാറി എന്നു മാത്രം. കുടുംബങ്ങൾ തമ്മിലുള്ള ഈ സ്നേഹബന്ധം പിൽക്കാലത്ത് ഉമ്മനച്ചന്റെ സഹോദരി പുത്രിയെക്കൊ ു എന്റെ അമ്മാച്ചനെ വിവാഹം കഴിപ്പിച്ച് സ്ഥിരീകരിക്കുകയു ായി.

ഇതുപോലെ മണ്ഡപത്തിലച്ചനുമായുള്ള ബന്ധവും കുമ്പനാട്ട് വച്ചാണ് എനിക്കു ായത്. നെല്ലിമല മാർത്തോമ്മാ സഭയ്ക്ക് ഒരു പ്രൈമറി സ്കൂളു ്. കുമ്പനാട്ട് പിന്നോക്ക വിഭാഗക്കാർക്ക് ഒരു സഭയു ്. (ഇന്ന് ഇടവകയാണ്.) നെല്ലിമല പ്രൈമറി സ്കൂളിൽ വച്ചും കുമ്പനാട് സഭാ ഹാളിൽ വച്ചും പിന്നോക്ക വിഭാഗക്കാരുടെ ആരാധന നടത്തുവാൻ മണ്ഡപത്തിലച്ചൻ വരുമ്പോൾ പലപ്പോഴും എന്റെ മാതൃഗൃഹത്തിലാണ് താമസിക്കുന്നത്. അച്ചന്റെ വിനയവും ലാളിത്യവുമുള്ള പെരുമാറ്റവും, യഥാർത്ഥ ക്രൈസ്തവ സ്നേഹമുള്ള വീക്ഷണവും എന്തെന്നില്ലാത്ത ആദരവ് അച്ചനിൽ എനിക്ക് ഉ ാകുന്നതിന് ഇടയാക്കി.

അന്ന് ബാലനായിരുന്ന കാലത്ത് അച്ചനെ സൂക്ഷിച്ചു നോക്കാൻ എന്നെ പ്രേരിപ്പിച്ച മറ്റൊരു സംഗതി അച്ചൻ തോളിൽ ധരിക്കുന്ന ര ാംമു ായിരുന്നു. മറ്റ് അച്ചന്മാർ അങ്ങനെ ധരിച്ച് അക്കലാത്ത് ഞാൻ ക ിരുന്നില്ല. ചില പ്പോൾ ശനിയാഴ്ച വൈകിട്ട് വീട്ടിലെത്തുന്ന അച്ചൻ ബാല നായ എന്നോട് രാത്രിയിൽ കുശലങ്ങൾ പറയും. കൊച്ചു കൊച്ചു കഥകൾ ചിലപ്പോൾ പറഞ്ഞ് തന്നിട്ടു ്. പിന്നോ ക്ക വിഭാഗക്കാരോടൊത്ത് വിശുദ്ധകുർബ്ബാന കൈക്കൊ ള്ളുവാൻ പലപ്പോഴും എന്റെ വല്യപ്പനും അച്ചനോടൊത്ത് പോയി ഞാൻ ക ിട്ടു ്. (അന്ന് സാധാരണ സുറിയാനി ക്രിസ്ത്യാനികൾ ചെയ്യാത്ത കാര്യമായിരുന്നു അത്. അക്കാലഘട്ടത്തിലാണ് ജാതിചിന്തകളെപ്പറ്റി ഞാൻ മനസ്സി ലാക്കുന്നതു തന്നെ. ജാതി തിരിച്ചുള്ള ഈ ആരാധനാ സമ്പ്രദായം ചെറുപ്പത്തിലെ എന്തുകൊ േ ാ എനിക്ക് ഇഷ്ടപ്പെട്ടില്ല.

യഥാർത്ഥത്തിൽ പിന്നോക്ക വിഭാഗക്കാരുടെ ശുശ്രൂ ഷ നടത്താൻ അച്ചൻ വീട്ടിൽ വന്ന് പലപ്പോഴും താമസിച്ച പ്പോഴൊക്കെ പ്രസ്തുത സാമൂഹ്യ അനീതിയോടുള്ള എതി ർപ്പ് എന്നിൽ ആരംഭിക്കുകയായിരുന്നു. പലപ്പോഴും ഞാൻ ഒരു വിപ്ലവ വീക്ഷണമുള്ള വ്യക്തിയായി വളർന്നതിന്റെ മൂല്യകാരണം ഈ ബാല്യകാല സംഭവമാണെന്നാണ് എന്റെ ചിന്ത.

മറ്റുള്ളവർ എത്ര നിസ്സാരരായാലും അവരെ ആദരി ക്കുന്നതിനുള്ള അച്ചന്റെ കഴിവ് പ്രത്യേകമായിരുന്നു. യേശുക്രിസ്തുവിന്റെ യഥാർത്ഥമായ വിനയവും, സൗമ്യ തയും നടപ്പിലും സംഭാഷണത്തിലും അദ്ദേഹം വെളിപ്പെടു ത്തിയിരുന്നു. ചെറുപ്പകാലത്ത് എന്നോട് അച്ചൻ ഇടപെട്ടി ട്ടുള്ള അത്യന്ത സൗമ്യമായ ആ പെരുമാറ്റരീതി ഇന്നും കൃതജ്ഞതാപൂർവ്വം ഞാൻ അനുസ്മരിക്കുന്നു.

പൗരോഹിത്യശുശ്രൂഷയിൽ സപ്തതി തികച്ച
ബഹു. മണ്ഡപത്തിൽ അച്ചൻ

റവ. ഐ. സി. ഫിലിപ്പ്

മാർത്തോമ്മാ സഭയിലെ ജാതികളുടെ അപ്പോസ്തലൻ പാവങ്ങളുടെ പിതാവ് മാർത്തോമ്മാ സഭയിലെ ദീനബന്ധു എന്നീ അപരനാമങ്ങളാൽ വിശ്രുതനും വന്ദ്യവയോധികനുമായ മണ്ഡപത്തിൽ റവ. പി.ഐ. ജേക്കബ് കശ്ശീശ്ശായുടെ പൗരോഹിത്യ സപ്തതി 1986 സെപ്റ്റംബർ 17ന് മാതൃ ഇടവകയായ പുത്തൻകാവ് മാർത്തോമ്മാ ഇടവകയുടെ ആഭിമുഖ്യത്തിൽ ആഘോഷിക്കുകയു ായി.

ഏഴാമത്തെ വയസ്സിൽ യേശുക്രിസ്തുവിനെ രക്ഷിതാവായി സ്വീകരിക്കുകയും എല്ലാ പ്രവർത്തങ്ങളിലും ക്രിസ്തുവിനെ മാതൃകയാക്കുകയും ചെയ്ത ത്യാഗോജ്ജ്വലമായ ഒരു ജീവിതമാണ് അദ്ദേഹം നയിച്ചിരുന്നത്. അദ്ദേഹം 34 വർഷം മദ്ധ്യതിരുവിതാംകൂർ മിഷനറിയായി അർപ്പണബോധത്തോടുകൂടി സേവനം അനുഷ്ഠിച്ചു. കൊട്ടാരക്കര മുതൽ കോട്ടയം പുതുപ്പള്ളിവരെയും വടശ്ശേരിക്കര മുതൽ കടൽ തീരപ്രദേശമായ തൃക്കുന്നപ്പുഴ വരെയും വ്യത്യസ്തമായ പ്രദേശമായിരുന്നു അദ്ദേഹത്തിന്റെ പ്രവർത്തനമേഖല. കു ുകുഴികൾ നിറഞ്ഞ വഴികളിൽ സൈക്കിൾ മാത്രമായിരുന്നു അദ്ദേഹത്തിന്റെ വാഹനം. ആരും കയറാത്ത മലയിൽ ആരു കയറും? മണ്ഡപത്തിൽ അച്ചൻ കയറും എന്നൊരു പറച്ചിൽ ഉ ്.

മാടങ്ങളും കുടിലുകളും അദ്ദേഹം കയറി ഇറങ്ങി യേശുക്രിസ്തുവിന്റെ സുവിശേഷം അറിയിച്ചു. അവരുടെ ആവശ്യങ്ങൾ മനസ്സിലാക്കി രോഗികൾക്ക് സൗജന്യമായി മരുന്ന് നൽകി. അയിത്തം കല്പിച്ച് സ്കൂളുകളിൽ പ്രവേശനം നിഷേധിക്കപ്പെട്ട താണജാതിക്കാർക്കുവേ ി പല

വിദ്യാലയങ്ങളും ആരംഭിച്ചു. അവയിൽ സുവിശേഷകരായ അദ്ധ്യാപകരെ നിയമിച്ചു. സ്കൂളിൽ ദൈവവചനം പഠിപ്പിച്ചു. മനുഷ്യസേവനത്തിലൂടെ ദൈവിക സേവനം അതായിരുന്നു അച്ചന്റെ പ്രവർത്തനങ്ങളുടെ കാതൽ.

വന്ദ്യവയോധികനായ അച്ചൻ കഷ്ടതയുടെ തീച്ചൂളയിൽ നിന്നുകൊ ് പതിനായിരങ്ങളെ ദൈവത്തിനു നേടി. സുവിശേഷത്തിന്റെ പേരുപറഞ്ഞ് ഓടുന്ന ഇന്നത്തെ തലമുറ മണ്ഡപത്തിലച്ചനെ ഒന്ന് മാതൃകയാക്കിയിരുങ്കിൽ!

മണ്ഡപത്തിലച്ചൻ

റവ.ഫിലിപ്പ് ഈശോ, പുത്തൻകാവ്

''പെലേന്റച്ചൻ'' എന്ന പരിഹാസത്തെ ക്രിസ്തുനാമത്തിൽ സ്വീകരിച്ച് വൈദികനും വൈദ്യനുമായി നടന്ന ഒരു കൊച്ചു മനുഷ്യന്റെ ജീവിതാഖ്യാനം.

ദിവ്യശ്രീ പി.ഐ.ജേക്കബ് കശ്ശീശ്ശ, ചെങ്ങന്നൂർ പുത്തൻകാവ് മണ്ഡപത്തിൽ ഇടിക്കുളയുടെയും അമ്മയുടെയും മകനായി 1889 മെയ് 26-ാം തീയതി ജനിച്ചു. സെറാമ്പൂരിൽ വൈദിക വിദ്യാഭ്യാസം നടത്തി. 1916 സെപ്റ്റംബർ 17-ാം തീയതി വൈദീക ശുശ്രൂഷയിൽ പ്രവേശിച്ചു. 34 വർഷം മധ്യതിരുവിതാംകൂർ മിഷനറിയായി സേവനം അനുഷ്ഠിച്ചു. ദീർഘനാൾ സദ്ധസുവിശേഷക സംഘത്തിന്റെ സെന്റർ പ്രസിഡന്റായിരുന്നു. പുത്തൻകാവ്, തിട്ടമേൽ, ഇടനാട്, ആദിയായ 9 ഇടവകകളിൽ ശുശ്രൂഷകൾ നിറവേറ്റി. അവശ വിഭാഗത്തിൽപ്പെട്ട ജനങ്ങളുടെ ഉന്നമനത്തിനായി അക്ഷീണ യത്നം ചെയ്ത അച്ചന്റെ നേതൃത്വത്തിൽ മദ്ധ്യതിരുവിതാംകൂറിലും കായൽ-കടൽ പ്രദേശങ്ങളിലുമായി നൂറിൽ പരം സ്ഥലങ്ങളിൽ പുതിയ 'സഭകൾ' രൂപീകരിച്ചു. ''ജാതികളുടെ അപ്പൊസ്തോലൻ'' എന്ന് അദ്ദേഹം അറിയപ്പെട്ടിരുന്നു. സുവിശേഷ പ്രസംഗസംഘത്തിന്റെ അനുസ്യൂതമായ വളർച്ചയിൽ ഗണ്യമായ ഒരു സ്ഥാനമാണ് അച്ചൻ വഹിച്ചിട്ടുള്ളത്. മദ്ധ്യതിരുവിതാംകൂറിലെ അധഃസ്ഥിത വർഗ്ഗക്കാരിൽ നിന്നും ക്രിസ്തുമതം സ്വീകരിച്ചവരുടെ അഭിവൃദ്ധിക്ക് അച്ചനെപ്പോലെ ആത്മാർത്ഥമായി അദ്ധ്വാനിച്ച മറ്റൊരാൾ ഉ ായിരിക്കുമെന്നു തോന്നുന്നില്ല. അയിത്തം സർവ്വത്ര അംഗീകരിക്കപ്പെട്ടിരുന്ന കാലത്ത് അവശ ക്രിസ്ത്യാനികളുടെ ഭവനങ്ങൾ സന്ദർശിക്കുകയും അവരുടെ പ്രശ്നങ്ങൾ കൈകാര്യം ചെയ്യുകയും അവരുടെ കുട്ടികളെ വിദ്യാഭ്യാസത്തിൽ പ്രോത്സാഹിപ്പിക്കുകയും അവരുടെ അന്ധവിശ്വാസങ്ങളും അനാചാരങ്ങളും ദുരീകരിക്കുകയും ക്രിസ്തു വിശ്വാസത്തിൽ അ

വരെ വളർത്തുകയും ചെയ്ത അച്ചൻ വിലപ്പെട്ട സേവന മാണ് നിർവ്വഹിച്ചത്. ഒരു ഹോമിയോ ഡോക്ടർ കൂടിയാ യിരുന്ന അച്ചൻ തന്റെ സൈക്കിളിൽ, ഒരു പെട്ടിയിൽ കുർബ്ബാന കുപ്പായത്തോടൊപ്പം ഹോമിയോ മരുന്നുകളും കരുതിയിരുന്നു. കിഴക്ക് വടശ്ശേരിക്കര മുതൽ പടിഞ്ഞാറ് കടൽ തീരം വരെ, വടക്ക് കോട്ടയം മുതൽ തെക്ക് കൊട്ടാ രക്കര വരെ വ്യാപിച്ചു കിടന്നു അദ്ദേഹത്തിന്റെ മിഷൻ ഫീൽഡ്. വിശുദ്ധ കുർബ്ബാനയ്ക്കും മാമോദീസാ, വിവാ ഹം മുതലായ ശുശ്രൂഷകൾക്കും യോഗങ്ങൾ നടത്തുന്നതി നും, രോഗികൾക്ക് ഹോമിയോ ചികിത്സ നൽകുന്നതിനു മായി രാവും പകലും ഒരു പോലെ പ്രയത്നിച്ച അസാമാന്യ മിഷനറി നേതാവായിരുന്നു മണ്ഡപത്തിലച്ചൻ.

സഭയ്ക്കുള്ളിൽ തന്നെ വർണ്ണവിവേചനം പ്രബലമാ യിരുന്നതിനാൽ അച്ചന്റെ താണവർഗ്ഗക്കാർക്കു വേ ിയു ള്ള സേവനം എല്ലാവരും ആദരിച്ചിരുന്നില്ല. അദ്ദേഹത്തെ 'പുലയരുടെ അച്ചൻ' എന്നു വിളിച്ച് അപമാനിക്കുന്നതിനു പോലും ചിലർ മടികാട്ടിയിരുന്നില്ല. എങ്കിലും അച്ചൻ അതു കൂട്ടാക്കിയില്ല. ഒരു ബഹുമതിയായി മാത്രമേ അച്ചൻ അതു കരുതിയുള്ളൂ. പഴയ സുറിയാനി പട്ടക്കാരുടെ ശൈലിയിൽ വെള്ളവരകളുള്ള ചുവന്ന കൈലേസ് കുപ്പായത്തിന്റെ മേൽ ഇടത്തേതോളിൽ കൂടി വലത്തോട്ടു വളച്ചിട്ട് വലത്തേ ഇടുപ്പിൽ കെട്ടി ഉറപ്പിച്ച് സൈക്കിളിൽ യാത്ര ചെയ്യുന്ന 'ഒരു കൊച്ചു വലിയ മനുഷ്യൻ' മദ്ധ്യതിരുവിതാംകൂർ പ്രദേ ശങ്ങളിൽ ഒരു സാധാരണ ദൃശ്യമായിരുന്നു. അച്ചന്റെ സ്നേഹവാത്സല്യങ്ങൾ ഭക്തിപൂർവ്വം സ്മരിക്കു അനേകം അംഗങ്ങൾ ഈ സഭകളിൽ ഇപ്പോഴുമു ്. അച്ചന്റെ പ്രത്യേക പ്രോത്സാഹനം കൊ ് വിദ്യാഭ്യാസം നേടു കയും സമൂഹത്തിൽ ഉയർന്ന സ്ഥാനങ്ങളിൽ എത്തിച്ചേരു കയും ചെയ്ത കുറെ ആളുകൾ അവശക്രിസ്ത്യാനി (ദളി ത്) സമൂഹത്തിൽ ഉ   ന്നുള്ളതു പ്രത്യേകം പ്രസ്താവ്യ മാണ്. 1948 ൽ അച്ചൻ ശുശ്രൂഷയിൽ നിന്ന് വിരമിക്കേ ി ഇരുങ്കിലും ഒരു വർഷം കൂടി മിഷനറിയായി തുടരുവാൻ സുവിശേഷപ്രസംഗസംഘം അനുവദിച്ചു. അതനുസരിച്ച്

1949-ൽ ആണ് അച്ചൻ സംഘത്തിന്റെ സേവനത്തിൽ നിന്നും വിരമിച്ചത്. അച്ചന്റെ നിര്യാണശേഷം മദ്ധ്യതിരുവിതാംകൂർ മിഷനറിയിലുള്ള ഇടവക ജനങ്ങൾ തന്നെ മുൻകൈ എടുത്ത് സുവിശേഷസംഘം മാനേജിംഗ് കമ്മിറ്റിയുടെ അനുവാദത്തോടെ അച്ചന്റെ സ്മാരകമായി 10000 രൂപയിൽ കുറയാത്ത ഒരു തുക ശേഖരിച്ച് എൻഡോവ്മെന്റ് ആയി സംഘത്തെ ഏൽപ്പിക്കുവാൻ തീരുമാനിച്ചു. അതിൽപ്രകാരം 1981ൽ പിരിവു പൂർത്തിയാക്കുകയും 10000 രൂപയ്ക്കു പകരം ഇരുപതിനായിരത്തിലേറെ ഈ ഇനത്തിൽ പിരിഞ്ഞു വരികയും ഈ ഫ 1ന്റെ പലിശ ഈ ഇടവകകളിൽ നിന്നും അംഗീകൃത കോളേജുകളിൽ പ്രീഡിഗ്രി ഒന്നാം വർഷം പഠിക്കുന്ന വിദ്യാർത്ഥിനീ വിദ്യാർത്ഥികൾക്കു പഠനസഹായമായി നൽകിപ്പോരുകയും ചെയ്യുന്നു. ഇങ്ങനെ ഒരു സംരംഭം സുവിശേഷ പ്രസംഗസംഘത്തിന്റെ ചരിത്രത്തിൽ ഇതൊന്നു മാത്രമേയുള്ളൂ. പി. ഐ. ജേക്കബ് അച്ചന്റെ അസാധാരണ സേവനങ്ങൾക്ക് അർഹമായ അംഗീകാരം അച്ചന്റെ ആത്മീക മക്കൾ ഇങ്ങനെ നൽകുകയു ായി.

1916 ൽ അച്ചൻ മിഷനറിയായി ചുമതല ഏൽക്കുമ്പോൾ മദ്ധ്യതിരുവിതാംകൂർ മിഷനിൽ 30 ൽ താഴെ സഭകൾ 3000 ത്തോളം അംഗങ്ങളുമായിരുന്നു ഉ ായിരുന്നതെങ്കിൽ 1949 ൽ അച്ചൻ ചുമതല ഒഴിയുമ്പോൾ സഭകളുടെ എണ്ണം 86 ഉം വിശ്വാസികളുടെ എണ്ണം 9110 ആയി ഉയർന്നു. കഠിനാധ്വാനത്തിന്റെയും സുവിശേഷ തീക്ഷ്ണതയുടേയും സമർപ്പണ ജീവിതത്തിന്റെയും ദൈവകൃപയുടെയും ഫലമായിരുന്നു ഈ വലിയ പുരോഗതി. 1907 മെയ് 16-ാം തീയതി മറിയാമ്മയെ വിവാഹം കഴിച്ചു. പി.ജെ. ഏബ്രഹാം, പി.ജെ. ജേക്കബ്ബ്, ചിന്നമ്മ, മേരിക്കുട്ടി എന്നിവർ മക്കളാണ്. 1987 ജൂലൈ 2-ാം തീയതി 99-ാമത്തെ വയസ്സിൽ മണ്ഡപത്തിലച്ചൻ ദിവംഗതനായി ഭൗതിക ശരീരം പുത്തൻകാവ് മതിലകം ആരോഹണപ്പള്ളി സെമിത്തേരിയിൽ സംസ്ക്കരിച്ചു.

മണ്ഡപത്തിൽ പി.ഐ.ജേക്കബ് അച്ചൻ മലങ്കരസഭയിലെ മിഷൻ സൗന്ദര്യം

റവ.ഡോ.ജോസഫ് ദാനിയേൽ

(മാർത്തോമ്മാ വൈദിക സെമിനാരി, കോട്ടയം)

"മലങ്കരസഭയിലെ മിഷൻ സൗന്ദര്യം" എന്ന കല്പന കൊ ് അലങ്കരിക്കാവുന്ന വ്യക്തിത്വമാണ് ഭാഗ്യസ്മരണീയനായ മണ്ഡപത്തിൽ പി.ഐ.ജേക്കബ് അച്ചൻ. ആ ജീവിതത്തിലൂടെ ഒരു അന്വേഷണം നടത്തിയാൽ സുവിശേഷീകരണത്തിനായി ജീവിതം അർപ്പിച്ച ഒരു സാർത്ഥക ജീവിതത്തിന്റെ പവിത്രസന്നിധിയിൽ ചെന്നെത്തുന്ന സുന്ദരാനുഭവമാണ് ഉളവാകുന്നത്. എല്ലാവർക്കും യേശുക്രിസ്തുവിലൂടെയുള്ള രക്ഷ പ്രാപ്യമാകണമെന്നും പാവപ്പെട്ടവരുടെ ഉന്നമനത്തിലൂടെ മാത്രമേ യേശുക്രിസ്തുവിന്റെ സ്വാതന്ത്ര്യത്തിന്റെ പൂർണ്ണത സാധ്യമാകുകയുള്ളൂ എന്നും ചെറുപ്പം മുതൽ തന്നെ അച്ചൻ വിശ്വസിച്ചിരുന്നു. കലമണ്ണിൽ ഉമ്മനച്ചന്റെ ആദർശോജ്ജ്വലതയും വിശുദ്ധ പൗലോസിന്റെ സുവിശേഷീകരണ തീഷ്ണതയും ഒരുപോലെ സമ്മേളിച്ചിരുന്ന അച്ചന്റെ യുക്തിബോധം അച്ചനെ മലങ്കരയിലെ ദൗത്യ ദർശനസൗന്ദര്യം ആസ്വദിക്കുന്നതിനും അതിന്റെ ഭാഗമാകുന്നതിനും സഹായിച്ചു. ആ ജീവിതത്തിലൂടെ അന്വേഷണത്തിന്റെയും അനുകരണചിന്തയുടെയും പിൻബലത്തിൽ ഒരു യാത്ര നടത്തിയാൽ ദൈവവിളിയുടെ സഫലീകരണത്തിനായി സുവിശേഷത്തെക്കുറിച്ച് ലജ്ജിക്കാതെ, യേശുക്രിസ്തുവിലൂടെ വെളിപ്പെട്ട സമത്വവും, ഏകത്വവും വെളിവാക്കിയ ഒരു ധന്യജീവിതത്തിലാണ് നാം ചെന്നുചേരുന്നത്.

മഹാന്മാരുടെ ജീവിതചരിത്ര രചന നടത്തുമ്പോൾ പാശ്ചാത്യനാടുകളിൽ ജീവ ചരിത്രകാരന്മാർ അവലംബി

ക്കുന്ന ചില ചോദ്യങ്ങളിലൂടെ അച്ചന്റെ ജീവിതത്തിലേക്ക് ഒരു അന്വേഷണം നടത്തുവാനാണ് ഈ ലേഖനം ലക്ഷ്യമിടുന്നത്.

ജന്മസ്ഥലം

മലങ്കര സഭയുടെ ആത്മീയതയുടെ മണ്ണ് എറിയപ്പെടത്തക്കവിധം ഭാഗ്യസ്മരണീയരായ ര ് മലങ്കര മെത്രാന്മാർ കബറടക്കപ്പെട്ട ഇടമായ പുത്തൻകാവ് എന്ന സ്ഥലത്ത് 1886 മെയ് 26 ന് അച്ചൻ ജനിച്ചു. വളരെ ചെറുപ്പത്തിൽ തന്നെ ദൈവശുശ്രൂഷ തന്റെ വിളിയും ദൈവനിയോഗവുമായി ക അച്ചൻ തികഞ്ഞ ആത്മീയനായിരുന്നു. തന്റെ മാതാപിതാക്കൾ ആദ്ധ്യാത്മിക ജീവിതത്തിലേക്ക് അച്ചനെ ആനയിച്ചുകൊ ിരുന്നു. അവരുടെ പ്രാർത്ഥനാജീവിതമാണ് ജേക്കബച്ചന്റെ ജീവിതത്തെ സ്ഫുടം ചെയ്തത്. ആദ്ധ്യാത്മിക ജീവിതം ജീവിത വ്രതമാക്കേ താണെന്ന മാതാപിതാക്കളുടെ പ്രേരണയും ആത്മീയത നിറഞ്ഞു നിൽക്കുന്ന നാടിന്റെ അന്തരീക്ഷവും അച്ചനെ ദൗത്യസരണിയിലേക്ക് കൈപിടിച്ചാനയിച്ചു.

പ്രതിപാദനപടുതയും സുവിശേഷീകരണവാഞ്ഛയും

മലങ്കര മാർത്തോമ്മാ സഭയിലെ വൈദീകരിൽ സുവിശേഷീകരണത്തിനായി പ്രതിപാദന കഴിവ് ഉപയോഗിച്ച ശ്രേഷ്ഠനായിരുന്നു അച്ചൻ. ചരിത്രപരമായി അതിനുതകുന്ന സാഹചര്യമായി 20-ാം നൂറ്റാ ിന്റെ ആദ്യ പകുതിയിലെ തിരുവിതാംകൂർ ചരിത്രം. Grant-in-Aid സമ്പ്രദായത്തിലൂടെ മലങ്കര സഭയ്ക്ക് പള്ളിക്കൂടങ്ങൾ തുടങ്ങുതിനും അതിലൂടെ അഭ്യസനം തുടങ്ങുന്നതിനും അവസരം ലഭിച്ചപ്പോൾ ആ അവസരത്തെ ഫലകരമായി ഉപയോഗിച്ചു. ജാതി വ്യവസ്ഥയിൽ സമൂഹത്തിൽ ഒരു വിഭാഗത്തെ താഴ്ന്ന ജാതിയായി ചിത്രീകരിച്ചിരുന്ന കാലത്ത്, ആ വിഭാഗത്തിലെ കുഞ്ഞുങ്ങൾക്ക് വിദ്യാഭ്യാസവും, യേശുക്രിസ്തുവിലൂടെയുള്ള രക്ഷയും ഉറപ്പാക്കണം എന്ന് സഭ ആഗ്രഹിച്ചിരുന്നു. അതിന് വാക്കു കൊ ും പ്രവർത്തി കൊ ും പ്രോത്സാഹനം നൽകിയ ആളായിരുന്നു അച്ചൻ.

സഭ എത് ജാതിവ്യവസ്ഥിതിയിൽ ഉതകുന്നർക്കു മാത്രമല്ല എന്നും എല്ലാവർക്കുമുള്ളതാണെന്നും അതിനാൽ പുതിയ കോഗ്രിഗേഷനുകൾ വേണമെന്നും അച്ചൻ വ്യക്തമായി പ്രചരിപ്പിച്ചിരുന്നു. ഇത് അച്ചനെ പാവപ്പെട്ടവരുടെ ഇടയിലെ മിഷനറിയാക്കുകയും സഭയിലെ നവോത്ഥാന നായകരിലൊരാളാക്കി മാറ്റുകയും ചെയ്തു.

എഴുത്തുകാരനെ നിലയിലെ സംഭാവനകൾ

ആദർശത്തിന് തെളിമയും പ്രവർത്തനങ്ങൾക്ക് കരുത്തും പകരുന്നതിന് അച്ചനിലെ എഴുത്തുകാരൻ സഹായകരമായി. സാഹസങ്ങളും അന്വേഷണങ്ങളും ഇഷ്ടപ്പെടുന്ന മനസ്സാണ് അച്ചനെ ഒരു എഴുത്തുകാരനാക്കിയത്. അച്ചടി യന്ത്രങ്ങൾ സുലഭമല്ലാതിരുന്ന സാഹചര്യത്തിൽ ചെങ്ങന്നൂരിൽ സ്വന്തമായി ഒരു അച്ചടിയന്ത്രം സ്ഥാപിച്ച് അതിലൂടെ തന്റെ ലേഖനങ്ങൾ പ്രസിദ്ധീകരിച്ചു. "ആത്മ പ്രകാശിനി" എന്ന വാരികയുടെ പ്രസിദ്ധീകരണത്തിലൂടെ തന്റെ സാഹിത്യ ഭക്തിയുടെയും സാധുജനസമത്വത്തിന്റെയും, ഉന്നമനത്തിന്റെയും അടങ്ങാത്ത ആഗ്രഹത്തിന്റെ അടിവേരുകൾ വ്യക്തമാക്കുന്നതിന് അച്ചന് സാധിച്ചു. സുവിശേഷീകരണമാണ് പ്രസിദ്ധീകരണത്തിന്റെ കാതലെന്ന് വിശ്വസിച്ചിരുന്ന അച്ചൻ സമൂഹത്തിലെ കഷ്ടത അനുഭവിക്കുന്നവരെ സുവിശേഷ സ്വാതന്ത്ര്യത്തിലേക്കും, സഭയിലേക്കും ആനയിക്കുന്നതാണ് പ്രസിദ്ധീകരണങ്ങളുടെ ലക്ഷ്യമെന്നും കരുതിയിരുന്നു. ഭാരതീയ മനസ്സിലും വിശേഷിച്ച് കേരളമനസ്സിൽ ഒളിഞ്ഞുകിടന്ന ജാതി പിശാചിന്റെ ഹീനതകൾ തേവർവാഴ്ച നടത്തിയിരുന്ന കാലത്ത്, സുവിശേഷീകരണത്തിലൂടെയും തദ്വാരായുള്ള പുതു കോൺഗ്രിഗേഷനുകളുടെ രൂപീകരണത്തിലൂടെയും അവ മാറിപ്പോകുമെന്ന ധാരണയായിരുന്നു അച്ചനു ായിരുന്നത്. ഇത് അച്ചനെ താഴേക്കിടയിലുള്ള മനുഷ്യരിലെ ദൈവീക സ്വരൂപം കാണുന്നതിനും, ക്രിസ്തുവിലൂടെ വെളിച്ചം സഭയിലേക്ക് ആനയിക്കുന്നതിനും പ്രേരിപ്പിച്ചു.

അനുകരണീയ മാതൃകകൾ, മൂല്യങ്ങൾ, ദർശനങ്ങൾ

വരുംതലമുറകൾ സമർപ്പിത ധ്യാനത്തിലൂടെ ചൊല്ലിപ്പഠിക്കേ ഒരു പാഠപുസ്തകമാണ് പി.ഐ. ജേക്കബ് അച്ചന്റെ ജീവിതം. നഷ്ടപ്പെടുന്ന സമഭാവന മൂല്യങ്ങളും, മാനവിക ദർശനങ്ങളും, രക്ഷാനിർണ്ണയവും വീെ ടുക്കുവാനും, മലങ്കര സഭയിലെ വിശേഷിച്ച് മദ്ധ്യ തിരുവിതാംകൂറിലെ ആദ്ധ്യാത്മിക ജീവിതത്തെ ശുദ്ധമാക്കുവാനും മലങ്കര സഭയ്ക്ക് ദൈവം നൽകിയ അതുല്യ സൗഭാഗ്യങ്ങളിലൊരാളാണ് അച്ചൻ. അത് സാധ്യമായത് തന്റെ ഇടയശുശ്രൂഷയിലൂടെയാണ്.

1916 സെപ്റ്റംബർ മാസം 17-ാം തീയതി മലങ്കര മാർത്തോമ്മാ സുറിയാനി സഭയിലെ പട്ടക്കാരനായിത്തീർന്ന അച്ചൻ ജീവിതം മുഴുവൻ ഒരു തികഞ്ഞ മിഷനറിയായിരുന്നു. 1916 മുതൽ 1950 വരെ അച്ചൻ വിവിധ തലങ്ങളിൽ മിഷനറിയായി മദ്ധ്യതിരുവിതാംകൂറിൽ ശുശ്രൂഷ നിർവ്വഹിച്ചു. 100 ൽപ്പരം കോൺഗ്രിഗേഷനുകൾ മാർത്തോമ്മാ സഭയിൽ ഉയരുന്നതിന് അച്ചന്റെ പ്രവർത്തനം സഹായകരമായി. സെൻട്രൽ തിരുവിതാംകൂർ മിഷൻ സെക്രട്ടറിയായും അച്ചൻ സേവനം അനുഷ്ഠിച്ചിട്ടു ്. ജാതി വ്യത്യാസമോ, വ്യവസ്ഥയോ നോക്കാതെ സമൂഹത്തിലെ താഴേക്കിടയിലുള്ളവരുടെ ആത്മാവ് അറിഞ്ഞ അച്ചൻ അവരുടെ ഇടയിലെ ഇടയനായിരുന്നു. അതിലൂടെ മനുഷ്യന്റെയും ദൈവത്തിന്റെയും പ്രകൃതിയുടെയും വിലയറിഞ്ഞ് പ്രവർത്തിച്ച നവീകരണ സഭയിലെ നവോത്ഥാന വക്താവായിരുന്നു അച്ചൻ. ജാതി വ്യവസ്ഥയിൽ നഷ്ടപ്പെട്ടുപോയ ഏകത്വദർശനവും, മൂല്യബോധവും വീെ ടുത്ത് ക്രിസ്തു സംസ്കൃതി മലങ്കര സഭയിൽ ആഴമായി വേരോടിക്കുന്നതിന് അച്ചന്റെ ദർശനങ്ങളും മൂല്യങ്ങളും സംഭാവനകളും സഹായകരമായി. 1987 ജൂലൈ മാസം 2-ാം തീയതി അച്ചൻ ഈ ഭൂമിയിലെ സഫലമായ യാത്ര പൂർത്തീകരിച്ച് അദൃശ്യമായ സഭയിലേക്ക് യാത്രയായി.

ഉപസംഹാരം

സിദ്ധാന്തങ്ങൾക്കപ്പുറം അനുഭവങ്ങളുടെ മൂശയിലൂടെ മൂല്യങ്ങളും, സുവിശേഷത്തിന്റെ തേജസ്സും, ക്രിസ്തുവിലൂടെ വെളിപ്പെട്ട മാനവികതയും, രക്ഷയും, സഭയിലും ലോകത്തിലും പ്രചരിപ്പിച്ച അച്ചൻ, സഭയും ലോകവും ദൈവത്തിന്റെ സൃഷ്ടിക്കെല്ലാം ഒരുപോലെ അവകാശപ്പെട്ടതാണെും, ദൈവദൃഷ്ടിയിൽ എല്ലാവരും ഗണനീയരാണെന്നും വ്യക്തമാക്കി. മഹത്തായ പൈതൃകത്തിന്റെയും അതുല്യ ആത്മീയസമ്പത്തിന്റെയും ഈറ്റില്ലമായ പുത്തൻകാവും ചെങ്ങന്നൂരും അച്ചന്റെ ജീവിതംകൊ ും കർമ്മംകൊ ും കൂടുതൽ വർണ്ണാഭമാകുന്നതിന് സഹായകരമായി.

പാവങ്ങളുടെ ഇടയൻ

ജോസഫ് ചാക്കോ

കേരളത്തിലെ പരിവർത്തിത ക്രൈസ്തവർ ചേരമർ, സാംബവർ, സിദ്ധനർ വിഭാഗത്തിൽ നിന്നും മതപരിവർത്തനം ചെയ്തവാണ്. ടി വിഭാഗങ്ങൾ എല്ലാംതന്നെ ഒരു കാലത്ത് ദൈവമില്ലാ ആവരും ഹൈന്ദവ സംസ്ക്കാരത്തിന് അടിമപ്പെട്ടവരും അന്യദൈവങ്ങളെ സേവിക്കുന്നവരും ആയിരുന്നു. കേരളത്തിലെ മതപരിവർത്തനം മൂന്നു ഘട്ട ങ്ങളിലായി നടന്നു. ക്രൈസ്തവ സമൂഹം എല്ലാം പരിവർത്തനത്തിന് വിധേയരാണ്. ഏ.ഡി. ഒന്നാം നൂറ്റാ ിൽ തന്നെ ഭാരതത്തിൽ സുവിശേഷം പ്രചരിക്കപ്പെട്ടിരുന്നെങ്കിലും ക്രൈസ്തവ സമൂഹം വിപുലമായത് പാശ്ചാത്യ മിഷനറിമാരുടെ ആഗ്മനത്തോടുകൂടിയാണ്. ബ്രിട്ടീഷ് സാമ്രാജ്യത്തിന്റെ ശക്തി കേരളത്തിൽ വ്യാപിച്ചതോടുകൂടി പ്രൊട്ടസ്റ്റന്റ്മിഷനറിമാരുടെ പ്രവർത്തനം ഇവിടെ ശക്തമായി. ല ൻ മിഷനറി സൊസൈറ്റിയുടെ പ്രവർത്തന ഫലമായി തെക്കൻ തിരുവിതാംകൂറിൽ 1810 ൽ മഹാരാശാൻ എന്ന വ്യക്തി സ്നാനപ്പെട്ട് വേദമാണിക്യം എന്ന പേരു സ്വീകരിച്ചു. ദളിത് പിന്നോക്കങ്ങളിൽ നിന്ന് ക്രിസ്തുമതത്തിലേക്കുള്ള പരിവർത്തനത്തിന് തുടക്കം കുറിച്ച മിഷനറി പ്രവർത്തനത്തിന്റെ ഫലമായി മാവേലിക്കരയിൽ കാളിയെന്ന സ്ത്രീയും മല്ലപ്പള്ളി കൈപ്പറ്റയിൽ ചോതി ഹാബേലിനെയും കൂടെയുള്ള ഏഴ് പേരേയും കൂടി സ്നാനപ്പെടുത്തി സഭയോട് ചേർത്ത മിഷനറിമാരുടെ ദൈവസ്നേഹത്തോടു കൂടിയുള്ള ശുശ്രൂഷയാണ് ആളുകളെ ക്രിസ്തുമതത്തിലേക്കു ആകർഷിച്ചത്. ഹൈന്ദവ മതത്തിലെ പ്രബലമായിരുന്ന ജാതിവിവേ ചനം അതിന് പ്രേരകമാവുകയും ചെയ്തു. അടിസ്ഥാന ജനവിഭാഗങ്ങളുടെ ജീർണതയ്ക്ക് വിരാമമിട്ടുകൊ ് മാനവികതയിലേക്കുള്ള പ്രയാണത്തിന് തുടക്കമിടുകയായിരുന്നു ഹാബേൽ പിതാവ് ചെയ്തത്. അതുവരെ മനുഷ്യനും മൃഗവുമല്ലാത്ത തരത്തിൽ ചൂഷ

ണം ചെയ്യപ്പെട്ടും നിരാലംബരാക്കപ്പെട്ടും ഇരുന്ന സമൂഹം മാനവികതയുടെ പ്രഭാതത്തിലേക്ക് വരികയായിരുന്നു. കേരളത്തിൽ നിലനിന്നിരുന്ന ഉച്ചനീചത്വങ്ങളുടെ അന്ത്യം കുറിക്കുന്ന നടപടിയായിരുന്ന ഹാബേൽ സ്നാനം. കുറെ നൂറ്റാ ുകളായി മതപരമോ ധാർമിക മാനദണ്ഡങ്ങളോ ഇല്ലാതിരുന്ന സമൂഹത്തിന് മതപരിവർത്തനത്തോടെ സമൂല മാറ്റമാണ് ഉ ായത്. ഇതു മുഖാന്തരം കൂടി പാർപ്പിനും ആരാധനയ്ക്കും ശവസംസ്ക്കാരത്തിനും വിദ്യാഭ്യാസത്തിനും സജ്ജീകരണങ്ങളു ായി. കുറെയാളുകൾക്ക് ഇംഗ്ലീഷ് വിദ്യാഭ്യാസത്തിനുള്ള അവസരം ലഭിച്ചു. അടിസ്ഥാന വിഭാഗങ്ങളിൽനിന്ന് ആദ്യമായി മതപരിവർത്തനം ചെയ്തത് ഫാബേൽ പിതാവ് ആണ്. 1854 സെപ്റ്റംബർ 6-നായിരുന്നു അദ്ദേഹത്തിന്റെ ജ്ഞാനസ്നാനം മല്ലപ്പള്ളിയിലെ ഒരു പുരാതന ഓർത്തഡോക്സ് പള്ളിയും ഒരു പട്ടക്കാരനും ആംഗ്ലിക്കൻ സഭയിൽ ചേർന്നു. റവ.ജോർജ്ജ് മാത്തൻ എന്നായിരുന്നു ആ പട്ടക്കാരന്റെ പേര്. റവ. മാത്തന്റെയും റവ. ഹോക്സ്വർത്തിന്റെ നേതൃത്വത്തിലായിരുന്നു ഹാബേലിന്റെയും കുടുംബാംഗങ്ങളുടെയും സ്നാനം നടന്നത്. പരിവർത്തനോന്മുഖമായ ക്രൈസ്തവ സമൂഹം പല ഘട്ടങ്ങളിലായി പരിവർത്തനം ചെയ്ത സമൂഹമാണ് ക്രൈസ്തവ സമൂഹം.

ദൈവത്തിൽനിന്ന് വൻകാര്യങ്ങളെ പ്രതീക്ഷിക്കുന്നതിനും ദൈവത്തിനായി വൻകാര്യങ്ങൾ തേടുന്നതിനും (Expect great things for God Attempt great things for God) മതപരിവർത്തനംമൂലം സാധിച്ചു. ലോകത്തെ അറിയുന്നതിന് അവനവനെ അറിയുന്നതിന് മറ്റുള്ളവനെ അറിയുന്നതിന് സാധ്യതകളെ അറിയുന്നതിന് സാധിച്ചു. (Light is know the world, know ourselves to know others to know the possibilities.) പഴയ വിശ്വാസാചാരങ്ങളും പ്രവർത്തന ശൈലികളും ടി സമൂഹത്തെ ഓരോ ദിവസവും മ ന്മാരാക്കിക്കൊ ിരുന്നു. അജ്ഞതയുടെ അടിമത്തത്തിന്റെ കാലം ഈ കാലഘട്ടത്തിൽ ആണ് മലങ്കര സഭയിൽ ആത്മിക നവോത്ഥാനം മാറ്റൊലി കൊ ത്. മലയാള ഭാഷയിൽ

ബൈബിൾ ലഭിച്ചു വചനം വായിക്കുന്നതിനും പഠിക്കുന്നതിനും ദൈവാത്മാവ് സഭയിലും വ്യക്തികളിലും പരിവർത്തിച്ചു. നവീകരണ ദർശനം ഉൾക്കൊ സഭാജനങ്ങൾ സുവിശേഷം എന്നത് പങ്കിടലി നുള്ള വിഭവമാണെന്ന് മനസ്സിലാക്കി. യരുശലേമിലും യെഹൂദ്യയിലും ഭൂമിയുടെ അറ്റത്തോളവും സാക്ഷികളാകുക എന്ന ചിന്ത ഏറ്റെടുത്തു. 1888 സെപ്റ്റംബർ 5-ന് കെട്ടാരത്തിൽ തോമസ് കശ്ശീശയും 11 അത്മായരും ചേർന്ന് പമ്പയുടെ തീരത്ത് കല്ലിശ്ശേരി കടവിൽ മാളികയിൽ ചേർന്ന് പ്രാർത്ഥിച്ച് രൂപീകൃതമായതാണ് സുവിശേഷ പ്രസംഗസംഘം. സർവ്വ സൃഷ്ടികളോടും സുവിശേഷം അറിയിക്കുക എന്ന ദൗത്യം ഏറ്റെടുത്ത് ഓതറ ചൂളക്കുന്നിൽ ആരംഭിച്ച ആദ്യത്തെ സഭയാണ് ഇന്നത്തെ ഓതറ സെന്റ് ആൻഡ്രൂസ്.

ദീനബന്ധു പി.ഐ. ജേക്കബ് അച്ചൻ

സുവിശേഷിക്കാത്ത സഭ അഗ്നി ഇല്ലാത്ത കരിക്കട്ട പോലെയാണ് എന്ന് എമ്മിൽ ബ്രൂണർ പറയുന്ന മാർത്തോമ്മ സഭ സുവിശേഷ വിഹതസഭയാണ്. മധ്യതിരുവിതാംകൂർ മിഷനറിയായി പട്ടം കെട്ടപ്പെട്ട അച്ചൻ സാധു ജാതി മിഷന്റെ പ്രഥമ മിഷനറിയായി ചുമതലയേറ്റു. അച്ചൻ പ്രവർത്തനം ആരംഭിച്ചപ്പോൾ 12 സഭകൾ മാത്രമേ ഉ ായിരുന്നുള്ളൂ. ഇന്ന് ഏകദേശം 124 ഇടവകകളായി ഉയർന്നിരിക്കുന്നു. അച്ചൻ മാടങ്ങളും ചെറ്റക്കുടിലുകളും സന്ദർശിച്ച് സുവിശേഷം പറയുകയും ആളുകളെ ദൈവസ്നേഹത്തിലേക്ക് കൂട്ടിക്കൊ ുപോകുകയും ചെയ്തു. തോളിൽ ഒരു സഞ്ചിയും തലയിൽ തൊപ്പിയും വച്ച് നടന്നു നീങ്ങുന്ന അച്ചൻ സഞ്ചിയിൽ ഹോമിയോ മരുന്നുകളും കരുതിയിട്ടു ാവും. അച്ചൻ ഒരു ഹോമിയോ ഡോക്ടറും ആയിരുന്നു. അന്ന് കുട്ടികൾക്ക് പനിയും വയറിളക്കവും ഒക്കെ ഉള്ള കാലം. ആഹാരമില്ലായ്മ, രോഗം എല്ലാംകൊ ും ക്ഷീണിച്ചിരിക്കുന്ന ആളുകൾക്ക് ഭക്ഷണ ത്തിനുള്ള വകയും, മരുന്നും നൽകി ശുശ്രൂഷിച്ചു. വളരെ ദൂരം യാത്ര ചെയ്യുന്നത് സൈക്കിളിൽ ആയിരുന്നു. അധികാരങ്ങളോട്—കീഴ്

പ്പെട്ട് ബഹുമാനപൂർവ്വം ശുശ്രൂഷ ചെയ്ത പാവങ്ങളുടെ അപ്പോ സ്തലനായിരുന്നു അച്ചൻ.

അധ്യാപക ശ്രേഷ്ഠൻ

സുവിശേഷകരെ പഠിപ്പിക്കുന്നതിനും വായനയിൽ താൽപര്യമുളവാക്കുന്നതിനും വളരെ ശ്രദ്ധിച്ചു. അച്ചന്റെ കീഴിലുള്ള പ്രൈമറി സ്കൂളുകൾ സന്ദർശിച്ച് കുട്ടികൾക്കും അധ്യാപകർക്കും ക്ലാസ്സുകൾ, ഉപദേശങ്ങൾ എന്നിവയിലൂടെ അനേകരെ ശിഷ്യന്മാരാക്കി. അച്ചന്റെ പഠിപ്പിക്കലിലൂടെയും, ഇടയ പരിപാലനത്തിലൂടെയും അനേകരെ അധ്യാപക സുവിശേഷകരാക്കാൻ സാധിച്ചു.

സാമൂഹ്യ പരിഷ്കർത്താവ്

ഇരുളടഞ്ഞ സാമൂഹ്യക്രമത്തിൽ നിന്ന് ഒരു തലമുറയെ വിദ്യാഭ്യാസത്തിലൂടെ സുവിശേഷത്തിലൂടെ ഒപ്പം നിർത്തുകയും പഠിക്കുന്നതിനാവശ്യമായ സൗകര്യങ്ങൾ ഉ ാക്കികൊടുക്കുകയും കുട്ടികളെ പഠിപ്പിച്ച് സമൂഹത്തിൽ ഉയർന്ന തലത്തിൽ എത്തിക്കണമെന്ന ആശയം മാതാപിതാക്കളെ ബോധവൽക്കരിക്കുകയും ചെയ്തു. അതിന് മാതാപിതാക്കൾക്ക് വേ സാമ്പത്തികം ക ത്തുന്നതിന് ഗ്രാമോദ്ധാരണ പദ്ധതികൾ നടപ്പിലാക്കി. കൃഷി, കച്ചവടം എന്നിവയിലേക്ക് തിരിയുവാൻ മാതാപിതാക്കളെ പ്രോത്സാഹിപ്പിച്ചു. നല്ല കൃഷിക്കാർക്കു പ്രോത്സാഹനവും സമ്മാനവും നൽകി ആദരിച്ചു.

ഞാൻ അറിഞ്ഞ മണ്ഡപത്തിലച്ചൻ

ഞാൻ Std X Â S.C.H.S.ൽ പഠിക്കുമ്പോൾ തലയിൽ ഒരു തൊപ്പിയും തോളിൽ സഞ്ചിയും കുടയുമായി നടന്നു നീങ്ങുന്ന അച്ചനെ മറ്റുള്ള വൈദികരിൽനിന്നും വ്യത്യസ്തനായി ക ു. ഈ അപ്പൊസ്തലനെ നേരിട്ടറിയാനുള്ള ആഗ്രഹം മനസ്സിൽ ഉ ായി അങ്ങനെയിരിക്കുമ്പോൾ ഞാൻ ഡിഗ്രിക്ക് മാർത്തോമ്മാ കോളേജിൽ പഠിക്കുമ്പോൾ എന്റെ ഗുരുനാഥനും എന്നെ സാമൂഹ്യപ്രവർത്തനത്തിലേക്ക് കൈ പിടിച്ചുയർത്തുകയും ചെയ്ത കെ.എം. ചാക്കോ

സാറിലൂടെയാണ് അച്ചനെ മനസ്സിലാക്കുവാൻ സാധിച്ചത്. അച്ചന്റെ പ്രഗത്ഭവും പ്രശസ്തവും ത്യാഗപൂർണ്ണവുമായ ശുശ്രൂഷകളെ മാനിച്ച അച്ചന്റെ പേരിൽ ഒരു എൻഡോവ് മെന്റ് രൂപീകരിക്കുകയും ആ തുക പുതിയ ഇടവകകളിൽ നിന്ന് മാത്രമായി സമാഹരിക്കുകയും സമാഹരിച്ചു കിട്ടുന്ന തുക സുവിശേഷ പ്രസംഗസംഘത്തെ ഏൽപിക്കുകയും ചെയ്യണമെന്ന് തീരുമാനിച്ചു. ഇതിൽനിന്നും കിട്ടുന്ന പലി ശ ഈ ഇടവകകളിൽ നിന്നും SSLC പരീക്ഷയ്ക്ക് ഏറ്റവും കൂടുതൽ മാർക്ക് കിട്ടുന്ന കുട്ടികളെ ഏതെങ്കിലും ഒരു പുതിയ ഇടവകയിൽ വിളിച്ചുകൂട്ടി കുർബാനാനന്തരം കുട്ടി കൾക്ക് അവാർഡുകൾ കൊടുക്കണം എന്നുമായിരുന്നു അന്നത്തെ തീരുമാനം.

ഈ തുക സമാഹരിക്കുന്ന പ്രക്രിയയിൽ ചാക്കോ സാറിനോടൊപ്പം എനിക്കും പങ്കുചേരുന്നതിന് സാധിച്ചു. അങ്ങനെ ആദ്യത്തെ അവാർഡ്ദാന ചടങ്ങ് അച്ചൻ ജീവി ച്ചിരിക്കുമ്പോൾ തന്നെ കുമ്പനാട് സെന്റ് തോമസ് മാർ ത്തോമ്മാ പള്ളിയിൽ വച്ച് നടന്നു. പ്രസംഗത്തിലൂടെയല്ല ജീവിതത്തിലൂടെ ക്രിസ്തുവിനെ കാണിച്ചുകൊടുത്ത വൈ ദിക ശ്രേഷ്ഠനായിരുന്നു മണ്ഡപത്തിലച്ചൻ. ഈ സമൂഹ ത്തിന് ഇളകാത്ത ഒരു അടിത്തറ ഇട്ട പുരോഹിതൻ ലോക ത്തോട് യാത്ര പറഞ്ഞാലും അനേകരിലൂടെ ഇന്നും അച്ചൻ ജീവിക്കുന്നു.

സഭയും ഇടവകകളും വികസനോന്മുഖമായിരിക്കണം

ഭൂമി ദൈവത്തിന്റേതാണ്. അത് എല്ലാവരുടേതുമാണ് . മനുഷ്യർക്കും ജീവജാലങ്ങൾക്കും എല്ലാം നീതിയോടെ ജീവിക്കുന്നതിന് ഉതകണം. എല്ലാവർക്കും ഭക്ഷണം, വസ്ത്രം, പാർപ്പിടം, ശുദ്ധവായു, ശുദ്ധജലം, ആരോഗ്യ സംരക്ഷണം, സ്വാത്രന്ത്യം ഇവ ലഭ്യമാകുന്ന വികസന കാഴ്ചപ്പാടുകൾ ഉ ാവണം. ഇത് എല്ലാവർക്കും ലഭ്യമാ കണം. വികസനം ദൈവസൃഷ്ടിയുടെ ആകമാന വളർച്ച യ്ക്ക് ഉതകണം. നാം ദൈവത്തിന്റെ കാര്യസ്ഥൻ എന്ന നിലയിൽ എല്ലാ ജീവജാലങ്ങൾക്കും വളരുന്നതിനുള്ള സാഹചര്യം ഒരുക്കുന്നതിന് അത്യധ്വാനം ചെയ്യണം. ഇവ

യെ പരിപാലിക്കുകയും സംരക്ഷിക്കുകയും ചെയ്യണം. നിസ്സഹായർക്കും ബലഹീനർക്കും തുല്യനീതിയും സ്വാതന്ത്ര്യവും ലഭിക്കുന്ന വികസന മാതൃക അവലംബിക്കണം.

ഏതൊരു ജനതയുടെ വളർച്ചയ്ക്കും വികസനത്തിനും കാരണം സഭയിലും രാഷ്ട്രത്തിലും അധികാരം എന്ന തുല്യനീതി ലഭ്യമാക്കുന്ന സാഹചര്യം ഉ ാവുക എന്നതാണ്. പട്ടികജാതി, പട്ടികവർഗ്ഗ വിഭാഗത്തിന് വിദ്യാഭ്യാസം, തൊഴിൽ കൂടാതെ ഭരണരംഗത്ത് പങ്കാളിത്തവും ഉള്ളതുകൊ ് വികസനരംഗത്ത് മുന്നേറുവാൻ സാധിക്കുന്നു. നിയമ സഭയിലും ഇന്ത്യൻ പാർലമെന്റിലും അവർക്ക് പ്രതിനിധികൾ ഉ ്. അടിസ്ഥാന ഭരണസംവിധാനങ്ങളിൽ എല്ലാം വിശ്വാസത്തിന്റെ പേരിൽ വിവേചനം അനുഭവിക്കുന്ന ഈ സമൂഹത്തിൽനിന്ന് 2 ആളുകൾക്ക് മാത്രമാണ് ചരിത്രത്തിൽ നിയമസഭ അംഗത്വം ലഭിച്ചിട്ടുള്ളത്. അതിൽ ഒന്ന് മാർത്തോമ്മാ സഭ അംഗമായിരുന്നു ബഹു. പി. ചാക്കോ സാർ ആയിരുന്നു. അതിന്റെ പിന്നിൽ സഭാ നേതാക്കന്മാരുടെയും ജനങ്ങളുടെയും പിന്തുണ ഉ ായിരുന്നു. അതിനുശേഷം അങ്ങനെ ഒരു അവസരം ഉ ായിട്ടില്ല. രാഷ്ട്രീയ ത്വരയുള്ള ആളുകളെ പ്രോത്സാഹിപ്പിക്കുകയും അവസരങ്ങൾ കൊടുക്കുകയും ചെയ്യേ ത് ആവശ്യമാണ്. ഒരു പരിധിവരെ വോട്ടിംഗിലൂടെ ഈയാളുകൾക്ക് സഭാരംഗങ്ങളിൽ പോലും ജയിച്ചുവരാൻ ബുദ്ധിമുട്ടാണ്. എന്നാൽ സഭയുടെ സംഘടന, സ്ഥാപനങ്ങൾ ഇവിടെയൊക്കെ ഈ വിഭാഗത്തിൽ നിന്നും ആളുകൾക്കുകൂടി അവസരം കൊടുക്കേ ത് ഇന്നിന്റെ ആവശ്യമാണ്. ചില സഭകളിൽ ഓദ്യോഗിക പോസ്റ്റുകളിൽ ചിലത് ടി വിഭാഗത്തിന് സംവരണം ചെയ്ത ആളുകളെ വിജയിപ്പിച്ച് പ്രോത്സാഹിപ്പിക്കുന്നു. ഇതൊക്കെ ഇന്നിന്റെ ആവശ്യമല്ലേ.

3. ചേർത്തുനിർത്തുക

മിടുക്കുള്ളവനെ സാമർത്ഥ്യമുള്ളവനെ ചേർത്തുനിർത്തി അവന് അംഗീകാരം കൊടുക്കുക എന്നത് ഇന്നിന്റെ ആവശ്യമാണ്. അലക്സാ ർ മാർത്തോമ്മാ മെത്രാപ്പോലീത്തായുടെ വിദ്യാഭ്യാസ പദ്ധതിയിൽ ഈ സമൂഹത്തിൽ

നിന്ന് ധാരാളം എൻജിനീയർമാരും ഡോക്ടർമാരും ഉ ാവുക എന്ന സ്വപ്നം ഉ ായിരുന്നു. ഈ ആശയം ഒരു ചലഞ്ച് ആയി ഏറ്റെടുത്ത് 10 കുട്ടികളെ വീതം ബോർഡിംഗ് ഹോമിൽ ആക്കുകയും ചെയ്തു. എന്നാൽ സമർത്ഥരായ കുട്ടികളെ ക ത്തി പഠിപ്പിച്ച് ലക്ഷ്യത്തിലേക്ക് എത്തിക്കുവാൻ കഴിഞ്ഞില്ല എന്നതാണ് സത്യം. അത് തിരുമേനി വിവക്ഷിച്ചതുപോലെ ഏറ്റെടുത്ത് നടപ്പിലാക്കുന്നത് ഇന്നിന്റെ ആവശ്യമാണ്. വിദ്യാഭ്യാസത്തിലൂടെ മാത്രമേ സമൂലമാറ്റം സാധ്യമാകൂ.

ശബ്ദം തിരിച്ചറിയണം

എണ്ണത്തിൽ കുറവായവരാണ് ന്യൂനപക്ഷം. വേദപുസ്തക പശ്ചാത്തലത്തിൽ മർദ്ദിതർ, ചൂഷിതർ, കഷ്ടപ്പെടുന്നവർ, അധികാര മില്ലാത്തവർ, മനുഷ്യാവകാശങ്ങൾ നിഷേധിക്കപ്പെട്ടവർ ഇവ രാണ് ന്യൂനപക്ഷം. ശബ്ദരഹിതർ, ശബ്ദഹീനർ അവരുടെ അവകാശങ്ങൾ സ്ഥാപിച്ചുകിട്ടുന്നതിന് സഭ ഒന്നിക്കണം. അവരുടെ പക്ഷം പിടിക്കണം.

വിശാല എക്യുമെനിസത്തിന്റെ ചിന്താധാരകൾ

വിപുലപ്പെടുത്തണം

ഏകമായി ഏകനായി ഇരിക്കുന്ന അവസ്ഥയല്ല എല്ലാവരെയും എല്ലാറ്റിനെയും ചേർത്തു നിർത്തി അവരുമായുള്ള സംവേദനത്തിലൂടെയും ചിന്തകളിലൂടെയും പുത്തൻ ആശയങ്ങൾ, ചിന്തകൾ സംസ്ക്കാരങ്ങൾ ആർജ്ജിച്ചെടുത്ത് നമ്മുടെ വളർച്ചയ്ക്കും വികസനത്തിനും ആവശ്യമായവ ക ത്തുകയും സ്വീകരിക്കുകയും പ്രായോഗികമാക്കുകയും ചെയ്യണം. മറ്റുള്ളവരുടെ നന്മ കാണാനും പ്രോത്സാഹിപ്പിക്കാനും നല്ലത് സ്വാംശീകരിക്കുന്ന സംസ്ക്കാരം വളർത്തിയെടുക്കണം. അതാണ് ഇന്നിന്റെ ആവശ്യം. പഴയതിൽനിന്ന് പുതിയതിലേക്ക് എന്ന ആപ്തവാക്യം നാം സ്വീകരിക്കണം. ക ും കേട്ടും പഠിക്കണം. ബഥദ്സയ്ദയിലെ മുടന്തന്റെ മുടന്തൻ ന്യായമല്ല ഇന്നിന്റെ ആവശ്യം. എനിക്ക് സഖ്യം ആവശ്യമു ് എന്ന് പറഞ്ഞ് പ്രതിസന്ധികളെ തരണം ചെയ്ത് മുന്നേറുവാനുള്ള ശ്രമം നാം കൈവരിക്കണം.

ഭാഗം – 2
സഭയുടെ ദൗത്യം

ദലിത് സാമൂഹികത നേരിടുന്ന വെല്ലു വിളികളും സഭയുടെ പ്രതികരണവും

റവ.ഉമ്മൻ വി. വർക്കി

മണ്ഢപത്തിൽ റവ.പി.ഐ.ജേക്കബ് സ്മാരക പ്രഭാഷണ പരമ്പരയുടെ പ്രഥമ പ്രഭാഷണം നിർവ്വഹിക്കാൻ അവസരം ലഭിച്ചതിൽ ഞാൻ അത്യന്തം കൃതാർത്ഥനാണ്. അച്ചന്റെ മരണത്തിന് മൂന്ന് വർഷം മുമ്പ് മാത്രം പട്ടത്വ ശുശ്രൂഷയിലേക്ക് പ്രവേശിച്ച എന്നോട് ഈ മഹത്തായ കാര്യം നിർവ്വഹിക്കാൻ ആവശ്യപ്പെട്ടപ്പോൾ സത്യത്തിൽ ഭയമാണ് തോന്നിയത്. എന്നാൽ കഴിഞ്ഞ 20 വർഷത്തെ പട്ടത്വശുശ്രൂഷയിലൂടെ എനിക്ക് ലഭിച്ച അനുഭവ സമ്പത്താണ് ഈ ദൗത്യം ഏറ്റെടുക്കാൻ പ്രേരണയായത്. 1985 ൽ ഞാൻ പട്ടത്വശുശ്രൂഷയിലേക്ക് പ്രവേശിച്ചപ്പോൾ ശുശ്രൂഷയുടെ ആദ്യ ഇടമായി എനിക്ക് ലഭിച്ചത് നെടുമങ്ങാടുള്ള അഞ്ച് ദലിത് ഇടവകകളാണ്. തിരുവനന്തപുരത്തിനു സമീപമുള്ള 44 ഓളം ദളിത് ഇടവകയുടെ വികസന പാതയിൽ അവരോടൊപ്പം നിലകൊ STARD (South Travancore Agency for Rural Development) ന്റെ പ്രവർത്തനങ്ങളിൽ സജീവമായി പങ്കുചേരാനും ആ കാലയളവിൽ ഇടയായി. പ്രാഥമികമായ ഈ അനുഭവസമ്പത്തുമായിട്ടാണ് 1988 ൽ സഭയുടെ വികസന വിഭാഗമായ CARD ന്റെ അസിസ്റ്റന്റ് ഡയറക്ടറായി ഞാൻ നിയമിതനായത്. അന്ന് CARD ന്റെ ഉപ വിഭാഗമായ B.P.D.P. യുടെ പ്രോഗ്രാം കോർഡിനേറ്ററായി ആദരണീയനായ കെ.എം. ചാക്കോ സാർ പ്രവർത്തിക്കുകയായിരുന്നു. ഏതാ ് 5 വർഷക്കാലം ഈ രംഗത്ത് ഞങ്ങൾ ക്കൊന്നിച്ച് പ്രവർത്തിക്കുവാൻ സാധിച്ചു. ഞങ്ങളൊന്നിച്ച് നടത്തിയ നിരവധി യാത്രകൾ, കോൺഫറൻസുകൾ, പഠനങ്ങൾ എല്ലാം മനോമുകരത്തിൽ ഇപ്പോൾ തെളിഞ്ഞുവരുന്നു. ശനി, ഞായർ ദിവസങ്ങൾ ദലിത് ഇടവകകളിലാണ് ചിലവിട്ടിരുന്നത്. സഭയിലെ മിക്കവാറും എല്ലാ

ദലിത് ഇടവകകളിലും പോകാനും അവരുടെ ജീവിതാനുഭവങ്ങളിൽ പങ്കുചേരാനും സാധിച്ചു എന്നത് ദൈവം നൽകിയ ഒരനുഗ്രഹമായി ഞാൻ കാണുന്നു. എന്റെ തന്നെ ദൈവശാസ്ത്ര അനുഭവത്തെ പുതിയ വിധത്തിൽ വായിക്കാനും ഉൾക്കൊള്ളാനും സഹായിച്ച അനുഭവങ്ങളായിരുന്നു അവ. ദലിത് രചനകൾ വായിച്ചും ആ സംവാദങ്ങളിൽ പങ്കുചേർന്നുമുള്ള അനുഭവങ്ങൾ ഇതിനൊക്കെ കൂട്ടായി നിൽക്കുന്നു. ഈ ഒരു അനുഭവസമ്പത്തിന്റെ പിൻബലമാണ് ഈ ക്ഷണം സ്വീകരിക്കാൻ എന്നെ പ്രേരിപ്പിച്ചത്.

മനുഷ്യജീവിതത്തിന്റെ അമൂല്യസമ്പത്ത് സ്മരണകളാണ്. അവയിലൂടെയാണ് അനുഭവത്തിന്റെ പീയൂഷം നാം നുകരുന്നത്. കാലയവനികയ്ക്കു പിമ്പിൽ മറഞ്ഞ മണ്ഡപത്തിൽ പി.ഐ. ജേക്കബ് അച്ചന്റെ ജീവിത സ്മരണകൾ ഒരു പ്രകാശവീചിപോലെ നമ്മെ ഇന്നും വലയം ചെയ്തു നിൽക്കുന്നു. ഒരു കർമ്മകാണ്ഡത്തിന്റെ സാഫല്യവും സംതൃപ്തിയും ദീപ്തമാക്കിയ ചൈതന്യം നമ്മുടെ മുമ്പിൽ ശേഷിപ്പിച്ചിട്ടാണ് അച്ചൻ നമ്മോടു വിടചൊല്ലിയത്. സുവിശേഷക സംഘത്തിന്റെ പ്രേഷിത ദൗത്യത്തിന് പുതിയ ഉള്ളടക്കവും ഭാഷ്യവും എഴുതി ചേർക്കാൻ ദൈവത്താൽ നിയോഗിതനായ അച്ചൻ ജനിച്ചത് സുവിശേഷക പ്രസംഗസംഘത്തിന്റെ സ്ഥാപനവർഷമായ 1889-ൽ ആയിരുന്നു എന്നത് യാദൃശ്ചികമാകാൻ ഇടയില്ല. സഭയ്ക്കും ലോകത്തിനും ഏറ്റം അനുയോജ്യമായത് എന്തെന്ന് നമ്മെക്കാൾ കൂടുതൽ അറിയുന്നത് ചരിത്രത്തിന്റെ സൃഷ്ടികർത്താവും പരിപാലകനും വീ   ടുപ്പുകാരനുമായ ദൈവമാണല്ലോ. ആ ദൈവത്തിന്റെ ദിവ്യ ആലോചനയിൽ അച്ചൻ ജനിച്ച് വളർത്തപ്പെടുകയായിരുന്നു. 98 വർഷത്തെ സുദീർഘമായ ജീവിതത്തിലൂടെ ഒരു നൂറ്റാ   ിന്റെ ചരിത്രത്തെയാണ് അച്ചൻ പ്രതിനിധാനം ചെയ്യുന്നത്. 70 വർഷത്തെ ദീർഘവും സഫലവുമായ ഒരു ഇടയശുശ്രൂഷ പൂർത്തിയാക്കിയ അച്ചന്റെ ജീവിതം എന്തുകൊ   ും നിവൃത്തിയായ ഒരു ജീവിതത്തിന്റെ പരിസമാപ്തിയായിരുന്നു.

‘‘പിതാവ് എന്നെ അയച്ചതുപോലെ ഞാനും നിങ്ങളെ അയയ്ക്കുന്നു’’ (യോഹ. 20:21) എന്ന് ഉയിർത്തെഴുന്നേറ്റ ക്രിസ്തു ശിഷ്യന്മാർക്കു നൽകുന്ന നിയോഗ വാക്കുകൾ - സുവിശേഷയത്നങ്ങളിൽ നാം സ്വീകരിക്കേ ചില തെരഞ്ഞെടുപ്പുകളെയാണ് സൂചിപ്പിക്കുന്നത്. പിതാവായ ദൈവം എന്നെ എവിടേക്കാണോ അയച്ചത് അവിടേക്കാണ് ഞാൻ നിങ്ങളെ അയയ്ക്കുന്നത് എന്ന യേശുവിന്റെ വാക്കുകളിൽ ഉൾച്ചേർന്നിരിക്കുന്ന നിഷ്ക്കർഷ യഥാവിധം വായിച്ചറിയാനും പാലിക്കാനും ആദിമസഭ ശ്രദ്ധിച്ചിരുന്നു എന്ന് പിൽക്കാല ചരിത്രം നമ്മെ ഓർമ്മിപ്പിക്കുന്നു ്. പിതാവായ ദൈവം യേശുവിനെ അയച്ചത് ബേത്‌ലഹേമിലെ പുൽക്കൂട്ടിലാണ് (to manager). രാജാവായവൻ പിറക്കേ ി യിരു ഹെരോദാവിന്റെ കൊട്ടാരത്തിൽ നിന്നും പുൽക്കൂടിനുള്ള അകലമാണ് യേശു ഇവിടെ നിഷ്ക്കർഷിക്കുന്നത്. പരസ്യശുശ്രൂഷയ്ക്കായി ദൈവം യേശുവിനെ അയയ്ക്കുന്നത് ഗലീലയിലേക്കാണ് (to Galelee). അധികാരത്തിന്റെ പ്രഭവ കേന്ദ്രമായ യെരുശലേം യേശുവിന് എന്നും അന്യമായിരുന്നു. അതിന്റെ എല്ലാ പ്രതാപത്തോടും കൂടിയ ആകർഷണീയതയുമായി ഗലീല അനുഭവം സ്വീകരിക്കുന്നത്. പുൽക്കൂടും ഗലീലയും ഏറ്റെടുക്കുന്ന ഒരു വ്യക്തിക്ക് എത്തിച്ചേരാൻ മൂന്നാമത് ഒരു ഇടം മാത്രമേയുള്ളു. അവിടേക്കാണ് ദൈവം യെശുവിനെ അയയ്ക്കുന്നത്. ഗോൽഗോഥയിലേക്ക് (to cross). യേശുവിന്റെ ഈ നിയോഗ നിഷ്ക്കർഷ അതിന്റെ എല്ലാ അർത്ഥത്തിലും തിരിച്ചറിഞ്ഞ് സ്വന്തം ജീവിതംകൊ ് പ്രാവർത്തികമാക്കിയ സാക്ഷ്യത്തിന്റെ ആൾരൂപമാണ് മണ്ഡപത്തിലച്ചൻ. ‘‘പാവങ്ങളുടെ പിതാവ്’’, ‘‘ജാതികളുടെ അപ്പോസ്തലൻ’’ എന്നീ പേരുകളിൽ അച്ചൻ അറിയപ്പെടാൻ കാരണം തന്റെ പ്രേഷിതയാത്രയിൽ അച്ചൻ സ്വീകരിച്ച തിരഞ്ഞെടുപ്പുകളുടെ (options) പ്രത്യേകതകളാണ്. സഭാതാരകയിലെ വാക്കുകൾ ഞാൻ ഉദ്ധരിക്കട്ടെ. ‘‘കറുത്തന്മാരുടെ കറുത്ത ഹസ്തങ്ങൾ ഭയന്നു മലമുകളിലും ഭൂത സങ്കേതങ്ങളിലും അഭയം പ്രാപിച്ചിരുന്ന അന്നത്തെ ‘തൊട്ടുകൂടാത്ത’ പാവപ്പെട്ടവരു

ടെ ചെറുകുടിലുകളിൽ അച്ചൻ പ്രവർത്തനസരണി കണ്ടെത്തി. (1987 ആഗസ്റ്റ് ലക്കം പേജ് 23). നവീകരണാനന്തരം സ്വാതന്ത്ര്യം, നീതി, സമത്വം എിവയിൽ അധിഷ്ഠിതമായ ഒരു പുതിയ സമൂഹത്തെക്കുറിച്ചുള്ള ദർശനം സഭയ്ക്കുള്ളിൽ വളർത്തിയെടുക്കാൻ യത്നിച്ചവരിൽ ഒരാളായിരുു മണ്ഢപത്തിലച്ചൻ എന്നു നാം ഇന്നു തിരിച്ചറിയുകയാണ്. മണ്ഢപത്തിലച്ചൻ തെളിച്ച നീതിയുടെയും ഐകദാർഢ്യത്തിന്റേതുമായ ധാരയെയാണ് (Justice & Solidarity dimension) പിന്നീട് യൂഹാനോൻ മാർത്തോമ്മാ മെത്രാപ്പോലീത്തായും ഡോ.എം.എം. തോമസും ഒക്കെ വളർത്തിയെടുക്കാൻ ശ്രമിച്ചത്. എന്നാൽ സമീപകാലത്ത് സഭയ്ക്കുള്ളിൽ പ്രബലമായി വന്ന യാഥാസ്ഥിതികധാര മണ്ഢപത്തിലച്ചൻ തെളിച്ച ഐകദാർഢ്യത്തിന്റെ ധാരയെ മറികടും വിസ്മരിച്ചും മുന്നോട്ടു പോയില്ലെന്ന എന്നു ചിന്തിക്കുന്നവർ സഭയിലു ്. മണ്ഢപത്തിലച്ചനിലൂടെ പരിവർത്തിച്ച 'കരിസ്മ'യുടെ അംശം ഇന്നും ഒരു ശേഷിപ്പായി സഭയുടെ ചരിത്രത്തിൽ നിലകൊള്ളുന്നു എന്നതിന്റെ തെളിവാണ് ഇന്ന് ഇവിടെ ആരംഭിച്ചിരിക്കുന്ന ഈ സംരംഭം.

അച്ചൻ പ്രദർശിപ്പിച്ച സുവിശേഷ തീഷ്ണതയും ആഴമായ സമർപ്പണബോധവും ക്രിസ്തീയ ജീവനത്തിന്റെ അനുകരണീയമായ മാതൃകയായിരുന്നു. അച്ചന്റെ വിശ്വാസ സംഹിതയെ ഈ വിധത്തിൽ സംഗ്രഹിക്കാം. (1) ഉയിർത്തെഴുന്നേറ്റ് നമ്മോടൊപ്പം വസിക്കുന്ന യേശുക്രിസ്തുവിലുള്ള ആഴമായ വിശ്വാസം. (2) താൻ ജീവിക്കുന്ന ചുറ്റുപാടിൽ ജാതി-മത വ്യത്യാസം കൂടാതെ പരിവർത്തനം വരുത്താൻ വിളിക്കപ്പെട്ടിരിക്കുന്നു എന്ന ഉത്തമബോധ്യം. (3) അതിനുവേ ി എന്തു കഷ്ടതയും പ്രയാസവും ഏറ്റെടുക്കാനും സഹിക്കാനുമുള്ള സന്നദ്ധത. ക്രിസ്തീയ ജീവനത്തിന്റെ ഇത്തരം മാതൃകകളെയാണ് ഈ കാലഘട്ടം അന്വേഷിക്കുന്നത്.

അച്ചന്റെ പ്രവർത്തന ഇടം ദലിത് ഇടവകകളായിരുന്നു. അച്ചൻ സ്നേഹിച്ച സമൂഹം ദലിത് സമൂഹമായിരു

ന്നു. സഭയ്ക്കുള്ളിലെ ദലിത് യാഥാർത്ഥ്യത്തെ ഗൗരവ മായി കാണുകയും അവരുമായുള്ള കൂട്ടായ്മയിലൂടെയെ മാർത്തോമ്മാ സഭ യഥാർത്ഥ ക്രിസ്തീയ സഭ (True Christian Ecclesia) യായിത്തീരുകയുമുള്ളുവെന്ന് അച്ചൻ വിശ്വസിച്ചിരുന്നു എന്നു വേണം കരുതാൻ. നമുക്ക് അച്ച നോട് കാണിക്കാവുന്ന ആദരവിന്റെ ദൃശ്യഭാവം അച്ചൻ പങ്കുവെച്ച താല്പര്യങ്ങളെയും (concerns) ചെയ്തുവെച്ച കാര്യങ്ങളെയും മുന്നോട്ടുകൊ ുപോകുക എന്നതാണ്. അതുകൊ ് ഈ പ്രഥമ പ്രഭാഷണത്തിന് പരിചിന്തന വിഷയമായി തെരഞ്ഞെടുത്തിരിക്കുന്നത് ദലിത് സാമൂഹി കത നേരിടുന്ന വെല്ലുവിളികളും സഭയുടെ പ്രതികരണവും എന്നതാണ്.

ദലിത് സാമൂഹികത നേരിടുന്ന വെല്ലുവിളികളും സഭയുടെ പ്രതികരണവും

ര ു ചോദ്യങ്ങളോടെ ഈ വിഷയ വിചിന്തനത്തി ലേക്കു നമുക്കു പ്രവേശിക്കാം. (1) ദലിത് സാമൂഹികത നേരിടുന്ന ഈ പിന്നോക്കാവസ്ഥയുടെ അടിസ്ഥാനപര മായ കാരണങ്ങൾ എന്തെല്ലാമാണ്? സമൂഹത്തിലെ ഏറ്റ വും ക്രിയാത്മകമായ സാമൂഹ്യ സാമ്പത്തിക പ്രക്രിയയിൽ നിന്നും ദലിത് സമൂഹം എന്തുകൊ ് ഇന്നും പുറത്തു നിൽക്കുന്നു?

ഈ പ്രശ്നങ്ങളുടെ ആഴം ഗ്രഹിക്കണമെങ്കിൽ ചരി ത്രത്തിൽ സംഭവിച്ച ര ു പ്രക്രിയകൾ നാം പഠിക്കണം.

1) ജാതി രൂപീകരണ പ്രക്രിയ
2) അധികാര രൂപീകരണ പ്രക്രിയ

1. ജാതി രൂപീകരണ പ്രക്രിയ

ജാതി രൂപീകരണം കാർഷികോൽപാദന ബന്ധങ്ങ ളുമായി ബന്ധപ്പെട്ടാണു രൂപപ്പെട്ടതെന്ന് എറെക്കുറെ സിദ്ധാന്തീകരിച്ചിട്ടു ്. (Morton Klass The Caste) ഒരു പ്രത്യേക രീതിയിലുള്ള കൃഷിസമ്പ്രദായം വികസിപ്പിച്ചു

കൊ ിരുപ്പോൾ സമൂഹത്തിൽ ഏർപ്പെടുത്തിയ തൊഴിൽ വിഭജനത്തെ കാലക്രമത്തിൽ വിവിധ ജാതിശ്രേണിയിൽ കണ്ണി ചേർക്കപ്പെടുകയാണു ായത്. ഈ ശ്രേണിയിൽ ഏറ്റവും അടിത്തട്ടിലാണ് അടിയായ്മ. (ഭൂമിക്കു വേ അടിയാളാണ്, എങ്ങും പോകാനുള്ള അവകാശമില്ല. ഊരിനകത്ത് സ്ഥിരതാമസക്കാർ ആയിരിക്കണം.) അതിനു മുകളിൽ കുടിയായ്മ അഥവാ കുടിവെച്ചു താമസിക്കുന്നതിനുള്ള അവകാശം (പലതരം കൈത്തൊഴിലുകാർ, കരകൗശല വിദഗ്ദ്ധർ). ഇതിനു മുകളിലുള്ള ശ്രേണിയാണു കാരാഴ്മ. കൃഷി നോക്കി നടത്താനുള്ള അവകാശമാണിത്. അവർക്കു ചെറിയ പുരയിടം അവരുടേതായിട്ടു ാകും. പുരയിടത്തിലെ അനുഭവം എടുക്കുന്നതോടൊപ്പം അതിലെ പാട്ടം ബന്ധപ്പെട്ട ജന്മിയെ ഏൽപ്പിക്കുന്നതിനുള്ള ചുമതല ഇവർക്കാണ്. ഇതിനു മുകളിലാണ് ഊരാളരുടെ പദവി. ഊരിന്റെ ഭൂമിയും അതിലെ വിഭവങ്ങളും കൈയാളുന്നവരാണ് ഊരാളർ. ഇവരുടെ മുകളിലാണ് കോയ്മ. ഇതു ഭരണപരമായ അവകാശമാണ്. ('ജാതിയും രാഷ്ട്രീയ സമുദായവും' ഡോ. രാജൻ ഗുരുക്കൾ). അടിയായ്മ മുതൽ കോയ്മ വരെ തട്ടുകളായി സാമൂഹിക ക്രമത്തെ കാർഷിക തൊഴിലിന്റെ അടിസ്ഥാനത്തിൽ വിഭജിക്കപ്പെടുകയാണു ായത്. ഈ വിധത്തിലുള്ള കാർഷിക സാമൂഹിക വ്യവസ്ഥയിലാണ് ജാതിവ്യവസ്ഥ രൂപപ്പെട്ടത്. ഇത് പിന്നീട് മതപരമായ അനുഷ്ഠാനമായി രൂപാന്തരപ്പെട്ട് സാമൂഹിക ഘടനയ്ക്കുള്ളിൽ പ്രവേശിച്ചു. ഒരു നല്ല ഹിന്ദുവിന് അയിത്തം പാലിച്ചേ തീരൂ. വൈക്കം സത്യാഗ്രഹ സമയത്ത് അവിടം സന്ദർശിച്ച ഗാന്ധിജി ക്ഷേത്രത്തിന്റെ ഉടമയായ ബ്രഹ്മദത്തൻ നമ്പൂതിരിപ്പാടിനോട് 'നിങ്ങൾക്ക് ഈ അയിത്ത ജാതിക്കാരോടു കുറെക്കൂടി മാന്യമായി പെരുമാറിക്കൂടെ എന്നു ചോദിച്ചപ്പോൾ നിങ്ങൾ ഒരു ഹിന്ദുവാണോ എന്നാണ് നമ്പൂതിരിപ്പാട് തിരിച്ചുചോദിച്ചത്. ദലിതരെ അകറ്റി നിർത്തുകയെന്നത് ഒരു ധർമ്മമായി തിരിച്ചറിഞ്ഞ അവസ്ഥയാണിത്. സാമൂഹിക സാമ്പത്തിക ബന്ധങ്ങളിൽ ഒരു മനുഷ്യന്റെ സ്ഥാനം നിർ ണ്ണയിക്കുന്ന പ്രതിഭാസമായിട്ടാണ് ജാതി പരി

വർത്തിച്ചത്. ജന്മം കൊ ു മാത്രമേ ഉയർന്ന ജാതിക്കാര നാകാൻ സാധിക്കൂ എന്ന സ്ഥിതിവിശേഷം സംജാതമായി.

എന്നാൽ 19 ഉം 20 ഉം നൂറ്റാ ുകളിൽ ശക്തി പ്രാപിച്ച ആധുനികതയും ആധുനിക വിദ്യാഭ്യാസവും ജാതിക്കെട്ടിൽ പല വ്യതിയാനങ്ങളും സൃഷ്ടിച്ചു. തൊട്ടു കൂടായ്മയും തീ ി കൂടായ്മയും അപ്രത്യക്ഷമായതോടെ ജാതി നശിച്ചു എന്നു കരുതുന്നവരു ് . എാൽ യഥാർത്ഥ പ്രശ്നങ്ങൾ ഇന്നും അവശേഷിക്കുകയാണ്. ജാതി വ്യവ സ്ഥയെ മതപരമായ അനുഷ്ഠാനമായി സംഘടിക്കപ്പെട്ടതു കൊ ് അത് മനുഷ്യ മനോഭാവത്തിൽ ഇും ഉലച്ചിൽ തട്ടാതെ നിലകൊള്ളുന്നു. മുന്നോക്ക വിഭാഗത്തിലെ ഏറ്റ വും താഴ്ന്ന വ്യക്തിപോലും മുൻ രാഷ്ട്രപതി കെ.ആർ. നാരായണനെ സാമൂഹികമായി തന്നെക്കാൾ താഴ്ന്നവനാ യിട്ടാണു ക ിരുന്നത്. ഇത് വ്യക്തിപരമായ ഒരു പ്രശ്നമ ല്ല. സാമൂഹിക പ്രശ്നമാണ്. സാമൂഹിക രൂപീകരണത്തിൽ കൃത്യസ്ഥാനം നിർണ്ണയിച്ചു വച്ചിരിക്കുന്ന ഒരു സാമൂഹിക പ്രതിഭാസമാണ് ജാതി വ്യവസ്ഥിതി. സമൂഹത്തിന്റെ മൂല്യ ബോധത്തിൽ വളരെ സൂക്ഷ്മമായി പ്രവർത്തിച്ചുകൊ ി രിക്കുന്ന ഒരു പ്രതിഭാസമാണിത്. ഇതിനെ മറികടക്കാ നുള്ള പരിശ്രമമാണ് നാം ഇന്ന് ആരായേ ത്.

മാർത്തോമ്മാ സഭയുടെ നവീകരണ പാരമ്പര്യത്തിൽ ജാതി യുക്തിയുടെ ആധിപത്യ മനോഭാവത്തെ പ്രതിരോ ധിക്കാനുള്ള ദൈവശാസ്ത്ര അടിത്തറ ശക്തമാണ്. പുതി യ നിയമത്തിലെ ആദിമ സഭയെപ്പോലെ ജാതി വംശീയ ഭി തകൾക്കതീതമായ, ക്രിസ്തുവിൽ എല്ലാവരും ഒന്ന് (ഗലാ. 3:28) എന്ന ദർശനമാണ് നവീകരണ പാരമ്പര്യം പങ്കുവ യ്ക്കുന്നത്. മാർത്തോമ്മാ സഭ ഒരു സുവിശേഷ വിഹിത സഭയെന്നു പറയുമ്പോൾ ഈ ദർശനത്തെയാണ് അടിവര യിടുന്നത്. സുവിശേഷം വേർപാടിന്റെ നടുചുവരുകളെ ഇടിക്കുന്നതും അകന്നിരിക്കുന്നവരെ ഒന്നിപ്പിക്കുന്നതുമാ ണല്ലോ (എഫെ.2:14-19). 1971-ൽ ചാപ്പലുകളായി ദലിത് കൂട്ടായ്മകളെ തീർക്കുമ്പോൾ യൂഹാനോൻ മാർത്തോമ്മാ മെത്രാപ്പൊലീത്താ പറഞ്ഞത്, ഇടവക-ചാപ്പൽ ബന്ധത്തി

ലൂടെ പുതിയൊരു സംവാദാത്മക ഇടം സഭയിൽ ബോധ പൂർവ്വം സൃഷ്ടിക്കപ്പെടണമെന്നാണ്. 1980-ൽ ചാപ്പലുകളെ ഇടവകകളായി പ്രഖ്യാപിക്കുമ്പൾ അലക്സാ ർ മാർ ത്തോമ്മാ മെത്രാപ്പോലീത്ത പറഞ്ഞത് ദലിത് സഭാംഗങ്ങ ൾ സ്വയനിർണ്ണയത്തിന്റെ ഉത്തരവാദിത്വബോധത്തിലേക്ക് വളർന്നതിന്റെ ചവിട്ടുപടിയെ നിലയിലാണ് ഇതിനെ കാ ണേ ത് എാണ്. ഈ ദൈവശാസ്ത്ര പാരമ്പര്യത്തെയും സാമൂഹ്യ വീക്ഷണങ്ങളെയും ഈ ആധുനികാനന്തര സമൂ ഹത്തിന് എങ്ങനെ സ്വയം സജീവ കർത്തൃത്വത്തിന്റെ വ്യാ ഖ്യാന രീതികളായി തിരിച്ചറിയാനും രേഖപ്പെടുത്താനും സാധിക്കുമെന്നതാണ്. ദലിത് സാമൂഹികതയുടെ മുന്നിലു ള്ള വെല്ലുവിളി (സഭാതാരക 2005 ജൂലൈ ലക്കം പേജ് 13).

സഭയുടെ മുമ്പിലുള്ള വെല്ലുവിളി മറ്റൊന്നാണ് എന്നാണ് എന്റെ വിചാരം. ജാതിപരമായ ഭിന്നതകളെ അതിജീവിക്കാനുള്ള സുവിശേഷദർശനത്തിന് സഭയുടെ ദൈവശാസ്ത്ര തലത്തിൽ അംഗീകാരം ഉ ങ്കിലും സഭ യുടെ ശരീരഘടനയിലോ പ്രായോഗിക തലത്തിലോ അതി ന് ഇന്നും അംഗീകാരം ഇല്ല. സഭയ്ക്കുള്ളിലെ ജാതി മനോ ഭാവത്തെ ചോദ്യം ചെയ്തു പുറത്തുപോയ ദലിത് സഹോ ദര സഹോദരികളുടെ സംഖ്യ ചെറുതല്ല. ജാതിപരമായ സാമൂഹിക സമസ്യകളെ അതിജീവിച്ച് 'തുറന്ന കൂട്ടാ യ്മ' എന്ന വിധത്തിൽ ചരിത്രമധ്യത്തിൽ നിലകൊള്ളാൻ സഭ യ്ക്ക് ഇന്നും കഴിഞ്ഞിട്ടില്ല. ദലിത് സമൂഹത്തിന് സഭയി ലൊരു ഇടം നൽകിയിരിക്കുന്നു എന്നതിലപ്പുറം സ്വത്വ പ്രകാശനത്തിന് സഹായകരമായ വിധത്തിലുള്ള ഒരു കൂട്ടായ്മയെ വളർ ത്താൻ കഴിയുന്നില്ല. ഇവിടെ പരിഷ്ക്ക രിക്കപ്പെടേ ത് സഭയുടെ ആത്മാവാണ്. വൈവിധ്യങ്ങളെ (difference) ദ്വന്ദ്വ വൈരുദ്ധ്യങ്ങളായി (binary opposites) കാണു മനോഭാവത്തിലാണ് തിരുത്തൽ ആവശ്യം. വെളു പ്പും കറുപ്പും എന്ന വൈവിധ്യമായി സമൂഹത്തിന്റെ ബോധ ത്തിൽ പരിവർത്തിക്കുന്ന ഈ യുക്തിയാണ് വൈവിധ്യ ങ്ങളെ നിരാകരിക്കുന്നത്. സഭയ്ക്കുള്ളിലെ ദലിത് യാഥാ ർത്ഥ്യത്തെ അംഗീകരിച്ച് ആ സമൂഹത്തെ ഒരു വ്യത്യസ്ത

സാംസ്കാരിക സമൂഹമായി കാണുവാൻ സഭയ്ക്ക് കഴിയ ണം. അതിലൂടെ കേവലം ഒരു സുറിയാനി സമുദായം എന്ന ചിന്തയ്ക്കതീതമായി സഭയുടെ യഥാർത്ഥ എക്ലീസിയ ദർശനം വീെ ടുക്കുക എന്നതാണ് മാർത്തോമ്മാ സഭയുടെ മുമ്പിലുള്ള വെല്ലുവിളി എന്നാണ് എന്റെ ചിന്ത. വേദപുസ്തകത്തിൽ ദൈവരാജ്യത്തിന്റെ അവകാശികളായി ചിത്രീകരിച്ചിരിക്കുന്നത് നീതിക്കുവേ ി ദാഹിക്കുന്നവരെയാണ്. അതുകൊ ് ദൈവരാജ്യത്തിന്റെ കൂട്ടവകാശികളാകാൻ ദരിദ്രരാകുക, നീതിക്കുവേ ി വാദിക്കുന്നവരാകുക, എളിയവരാകുക എന്നതാണ് യേശു നൽകിയ ആഹ്വാനം. ഈ അനുഭവത്തിലൂടെ കടന്നുപോയ സഖായിയോട് യേശു പറയുന്നത് 'ഇന്ന് ഈ വീടിനു രക്ഷയു ായി' എന്നാണ്. രക്ഷാനുഭവം പീഡിതരും എളിയവരുമായുള്ള സഹബന്ധത്തിലൂടെയാണ് സാധ്യമാകുന്നത്. മനുഷ്യപുത്രനായ ക്രിസ്തു വിശക്കുന്നവരും ദാഹിക്കുന്നവരും നഗ്നരും രോഗികളുമായി ഏകീഭവിച്ചു (മത്താ.25:34 -36). ഏഷ്യൻ ദൈവശാസ്ത്രജ്ഞനായ അലോഷ്യസ് പിയറീസ് പറയുന്നത് ഇവരാണ് യേശുവിന്റെ പ്രതിനിധികൾ. ഇവരിലേക്കാണ് യേശു തന്റെ പിൻഗാമികളുടെ ശ്രദ്ധ ക്ഷണിക്കുന്നത്. ക്രിസ്തുവിന്റെ പ്രതിനിധികളുടെ പ്രതിസന്ധിയെ നേരിടുന്നതിനാണ് നാം വിളിക്കപ്പെട്ടിരിക്കുന്നത്. 'ദരിദ്രർ എല്ലായ്പ്പോഴും നിങ്ങളുടെ അരികെ ഉ ല്ലോ' (മർക്കൊസ് 14:7). ദാരിദ്ര്യത്തെ ശാശ്വതീകരിക്കുകയല്ല മറിച്ച് സഭയുടെ സാമൂഹിക ഇടം എപ്പോഴും ദരിദ്രരോടൊപ്പം ആയിരിക്കണമെന്നാണ് യേശു ഓർമ്മിപ്പിക്കുന്നത് (This is a statement about the social location of the church, not about the social necessity of poverty ched-myers).

ഈ അർത്ഥത്തിൽ നോക്കുമ്പോൾ നവീകരണത്തിന്റെ ഫലമായി ദലിത് സമൂഹം സഭയുടെ ഭാഗമായി എന്ന വാദം ദൈവശാസ്ത്രപരമായി ശരിയല്ല. എന്താണ് സഭയെന്നും ആരാണ് സഭയുടെ അവകാശികൾ എന്നുമുള്ള ചോദ്യങ്ങൾക്കുത്തരം തേടുമ്പോൾ ദലിത് സമൂഹത്തോടു കൂടെയുള്ള സഹവാസത്തിലൂടെയാണ് സഭയ

തിന്റെ യഥാർത്ഥ നവീകരണം സാധ്യമാക്കിയത് എന്ന തിരിച്ചറിവിലേക്കാണ് നാം വളരേത്. ദലിത് സാമൂഹിക തയുമായുള്ള ബന്ധത്തിലാണ് സഭ സഭയുടെ യഥാർത്ഥ അസ്തിത്വം കത്തേത്. ഈ വിധത്തിലുള്ള ഒരു ദൈവശാസ്ത്ര അവബോധത്തിൽ ഊന്നി നിൽക്കുമ്പോഴാണ് വ്യത്യസ്ത ജീവിത ഇടങ്ങളുടെ പരസ്പര അംഗീകാരം എന്ന സാമൂഹിക ഉത്തരവാദിത്വത്തെ ഏറ്റെടുക്കുവാൻ സഭയ്ക്കു കഴിയുന്നത്.

2. അധികാര രൂപീകരണ പ്രക്രിയ

സമൂഹത്തിലെ ഏറ്റവും ക്രിയാത്മകമായ സാമൂഹ്യ സാമ്പത്തിക പ്രക്രിയയിൽ നിന്നും ദലിത് സമൂഹം എന്തുകൊ ് ഇന്നും പുറത്തുനിൽക്കുന്നു എന്ന ചോദ്യത്തിനു പൊരുൾ തേടുമ്പോഴാണ് അധികാരത്തിന്റെ പ്രശ്നങ്ങളിലേക്കു നമ്മുടെ ശ്രദ്ധ തിരിയുന്നത്.

എന്താണ് അധികാരം? അധികാരത്തെ ശക്തി എന്ന അർത്ഥത്തിൽ കാണാം. മനുഷ്യന്റെ ഏതെങ്കിലും ഒരു സ്ഥിതിവിശേഷത്തെ രൂപാന്തരം ചെയ്യാനുള്ള ശേഷിയെ അധികാരം എന്നു പറയാം. ഉദാഹരണമായി പറഞ്ഞാൽ ഒരു വ്യക്തിക്ക് മറ്റൊരു വ്യക്തിയെ അപേക്ഷിച്ച്, ഒരു ഗ്രൂപ്പിന് മറ്റൊരു ഗ്രൂപ്പിനെ അപേക്ഷിച്ച് നിലവിലുള്ള സാമൂഹിക ബന്ധങ്ങളിൽ ഏതെങ്കിലും തരത്തിലുള്ള മാറ്റങ്ങൾ സൃഷ്ടിക്കാനുള്ള ശേഷിയാണ് അധികാരം. ഇതിന് മറ്റൊരർത്ഥം കൂടിയു ്. വസ്തുക്കളെ സമാഹരിക്കാനും സാമൂഹ്യ മൂല്യമുള്ള ഒന്നായി പരിവർത്തിപ്പിക്കാനുമുള്ള ശേഷിയും അധികാരമാണ്. ഉയർന്ന വിദ്യാഭ്യാസമുള്ള വ്യക്തി വിദ്യാഭ്യാസത്തെ സാമൂഹികവസ്തുവായി ഉപയോഗിക്കുന്നു. വിദ്യാഭ്യാസം ഇല്ലാത്തവർക്കു നേടാൻ പറ്റാത്ത ചില കാര്യങ്ങൾ അയാൾക്കു ചെയ്യാൻ കഴിയും. ഈ കഴിവ് അയാളുടെ അധികാരമാണ്. ഈ കഴിവാകട്ടെ അവരുടെ നിയന്ത്രണത്തിലുള്ള വിഭവങ്ങളെ ആശ്രയിച്ചാണിരിക്കുന്നത്. സാമൂഹിക ശാസ്ത്രജ്ഞനായ പ്രിയറി ബോർഡിയോടുള്ള അഭിപ്രായത്തിൽ വിഭവങ്ങൾ അഥവാ മൂലധനം മൂന്നു തരമു ്. 1) സാമ്പത്തിക മൂലധനം

(Economic capital) വസ്തു, ആസ്തികൾ, ധനം തുടങ്ങിയ വ. 2) സാമൂഹിക മൂലധനം (Social Capital) സാമൂഹിക പദവി നൽകുന്ന കുടുംബം, സ്ഥാനം, മഹിമ, സ്വാധീനം മുതലായവ. 3) സാംസ്ക്കാരിക മൂലധനം (Cultural capital) വിദ്യാഭ്യാസ യോഗ്യതകൾ, വൈദഗ്ധ്യങ്ങൾ, വിജ്ഞാനം തുടങ്ങിയവ. ഇതിൽ ഏതെങ്കിലും ഒരു മൂലധനം കൈവശ മുെ ങ്കിൽ മറ്റുള്ളവയൊക്കെ സ്വായത്തമാക്കാൻ കഴിയും. ഉദാഹരണത്തിന് സാംസ്കാരിക മൂലധനമായ വിദ്യാഭ്യാസം നേടിയാൽ അതിലൂടെ സാമ്പത്തികവും, സാമൂഹികവു മായ മൂലധനം സ്വായത്തമാക്കാം. മേൽപ്പറഞ്ഞ വിഭവങ്ങ ളുടെ സംഭരണ-വിതരണ ശൃംഖലയിലെ സ്ഥാനമാണ് തീരുമാനം എടുക്കാനും താൽപര്യങ്ങളും ലക്ഷ്യങ്ങളും പിൻതുടരാനും വ്യക്തിയെ / വിഭാഗത്തെ പ്രാപ്തമാക്കുന്ന ത്. ഈ വിഭവങ്ങൾ (capital) എല്ലാം സാമൂഹിക വ്യവസ്ഥ യുടെ ഘടനാപരമായ പ്രത്യേകതകൊ ് ദലിത് സമൂഹ ത്തിന് ഒരു പരിധിവരെ നിഷേധിക്കപ്പെട്ടിരിക്കുന്നു. വിഭവം എത് അധികാരം നേടാനുള്ള മാധ്യമമാണ്. അതില്ലാത്ത ജനതയ്ക്ക് എന്നും അധികാര ചട്ടക്കൂടിന് പുറത്തായി രിക്കും സ്ഥാനം. കേരളം ഏറെ വികസിച്ചിട്ടും ദലിത് സമൂഹം എന്തുകൊ ് കടുത്ത വികസനദാരിദ്ര്യം അനുഭ വിക്കുന്നു? അവർ ഇന്നും ഏറ്റവും കുറച്ചു വിഭവങ്ങളുടെ ഉടമകളായി തുടരുകയാണ്. വിദ്യാഭ്യാസമില്ലായ്മ, വിഭവ ശേഷിയില്ലായ്മ, അധികാര ഘടനയിൽ പങ്കാളിത്തമില്ലാ യ്മ, ദലിത് സമൂഹം നേരിടുന്ന അനാഥത്വത്തിന്റെ തീവ്രത യാണ് കാണിക്കുന്നത്. 90% ദലിത് സമൂഹവും കാർഷിക മേഖലയിലാണ് ഉപജീവിക്കുന്നത്. ഇത്തരം പരമ്പരാഗത പ്രശ്നങ്ങളോടൊപ്പം ആഗോളവൽക്കരണം ഉയർത്തുന്ന പുത്തൻ പ്രശ്നങ്ങളും ദലിത് സാമൂഹികത നേരിടുന്ന രൂക്ഷമായ പ്രശ്നമാണ്. പ്രത്യേകിച്ച് വിഭവങ്ങളുടെ സ്വകാ ര്യവൽക്കരണം ഉയർത്തുന്ന വെല്ലുവിളികൾ ദലിത് സമൂഹ ത്തിന്റെ നിലനിൽപ്പിനെത്തന്നെയാണ് ചോദ്യം ചെയ്യുന്നത്.

ആഗോളവൽക്കരണം സൃഷ്ടിക്കുന്ന പാർശ്വവൽക്ക രണം ഏറെയും ബാധിക്കുന്നത് സമൂഹത്തിലെ ദുർബലജ

നവിഭാഗത്തെയാണ്. ഏറ്റവും കുറച്ചാളുകളെ ഉൽപാദന പ്രക്രിയയുടെ ഭാഗമാക്കുക എന്ന നയമാണ് ആഗോള വൽക്കരണത്തിന്റേത്. ലോകം ദർശിച്ച ഒരു സാമ്പത്തിക ക്രമത്തിലും ഇത്രയും തീവ്രമായ പാർശ്വവൽക്കരണം നട ന്നിട്ടില്ല. കാർശിക മേഖലയുടെ തകർച്ചയും കാർഷിക മേഖലയിൽ നിന്നും തൊഴിൽ ശക്തി പിൻവാങ്ങലും ദലിത് സമൂഹം നേരിടുന്ന മറ്റൊരു പ്രതിസന്ധിയാണ്. കാർഷിക മേഖലയിൽ നിന്നും പിൻവാങ്ങുന്നതോടെ സാമ്പ്രദായിക മായി തങ്ങൾക്കു ായിരു വൈദഗ്ധ്യം ഇല്ലാതാവുന്നു. എന്നാൽ പുതിയ തരത്തിലുള്ള സാങ്കേതിക ജ്ഞാനം നേടാനും കഴിയുന്നില്ല. ഇൻഫർമേഷൻ ടെക്നോളജി യുടെ ശാസ്ത്ര സാങ്കേതിക ഇലക്ട്രോണിക് വിദ്യാഭ്യാസ അവസരങ്ങൾ മുഴുവൻ സ്വകാര്യമേഖലയിൽ ആയതോടെ ഉന്നത വിദ്യാഭ്യാസരംഗം ദലിത് സമൂഹത്തിന് അപ്രാപ്യമാ കുകയാണ്. കാലോചിതമായ ഇടപെടൽ ആവശ്യമായ ഒരു രംഗമായി സഭ ഇതിനെ തിരിച്ചറിയേ തു ്. ഇന്നത്തെ ഉത്പാദന വിതരണ പ്രക്രിയയിൽ പങ്കുചേരാനുള്ള സാങ്കേ തിക മികവ് നേടാനുള്ള ആന്തരഘടനയും (infra struct-ures) നടത്താനുള്ള ഭൗതിക സാഹചര്യം ലഭ്യമാകുകയെ ന്നതാണ് ദലിത് സാമൂഹികതയുടെ അടിയന്തിര ആവശ്യം.

ഈ പ്രഭാഷണം ഉപസംഹരിക്കട്ടെ. ദലിത് സാമൂഹി കത നേരിടുന്ന വെല്ലുവിളികളുടെ ഏതാനും മാനങ്ങളാണ് നമ്മുടെ വിചിന്തനത്തിന് വിഷയീഭവിപ്പിച്ചത്. ഈ പഠനങ്ങ ളുടെ വെളിച്ചത്തിൽ ദലിത് സമൂഹത്തിന്റെയും സഭയു ടെയും മുമ്പിൽ ഉയരുന്ന സുപ്രധാനമായ ചില ചിന്തകൾ ഉ ്.

1) ക്രൈസ്തവ സഭയ്ക്കുള്ളിലെ ഒരു 'സുരക്ഷിത സമൂ ഹം' എന്ന വിധേയത്വ സ്വത്വ നിർമ്മിതിയെ നിരസിച്ച് സ്വയം പ്രതിനിധാനം ചെയ്യുന്ന കർതൃത്ത്വ ബോധത്തിലേ ക്കുള്ള വളർച്ചയാണ് ദലിത് സമൂഹം സ്വാഗതം ചെയ്യേ ത്. മറ്റുള്ളവർ നൽകുന്ന നിർവചനത്തിനുള്ളിൽ ഒരു സ്ഥിരം സംരക്ഷിത വിഭാഗമായി കഴിഞ്ഞുകൂടാൻ ഇഷ്ട പ്പെടുന്നവരെക്കുറിച്ചാണ് സ്വയം പ്രതിനിധാനത്തിന് കഴി

വു നേടാത്തവർ എന്നു കാറൽ മാർക്സ് വിളിക്കുന്നത്. ആത്മബോധമുള്ള ഒരു ദലിത് സമൂഹമാണ് ഉയർന്നുവരേ ത്. ബാബു കോടംവേലിൽ സൂചിപ്പിക്കുന്നതു പോലെ ദലിതരുടെ ചരിത്രം വ്യക്തിയുടെ ചരിത്രമല്ല. അത് കമ്മ്യൂ ണിറ്റികളുടെ ജീവിതവും ആഘോഷവുമാണ്. ശപിച്ചും കരഞ്ഞും തളർന്നും ഉണർന്നും കടുപോയ തലമുറയിൽ നിന്ന് പക്ഷെ, ഇന്നത്തെ ദലിത് തലമുറ ധൈര്യങ്ങളുടെ വ്യത്യസ്തന്മാർ കുപ്പായങ്ങൾ ധരിച്ചിരിക്കുന്നു. വിദ്യാഭ്യാ സവും കലയും സാഹിത്യവും ചരിത്രവുമെല്ലാം ചേർന്ന സാംസ്ക്കാരിക മൂലധന (cultural capital) വുമായി അവരി ന്ന് ഉണർന്നു കഴിഞ്ഞു. ഈ പ്രതീക്ഷയാണ് ദലിത് സമൂഹം വളർത്തിയെടുക്കേ ത്.

2) സഭയ്ക്കുള്ളിലെ ദലിത് സാന്നിദ്ധ്യത്തെ ജീവകാ രുണ്യ പ്രവർത്തനത്തിനുള്ള ഉപാധിയായി കാണാതെ ആ സമൂഹത്തിന്റെ സ്വത്വാന്വേഷണത്തിന്റെയും ആത്മ പ്രകാ ശനത്തിന്റെയും അനുഭവ തലത്തിൽ ഉൾക്കൊള്ളാൻ സഭ യ്ക്കു കഴിയണം. ജാതീയഘടനയിൽ നിന്നുള്ള മോചനമാ ണ് സഭാ പ്രവേശനത്തിലൂടെ അവർ ആഗ്രഹിച്ചത്. അതു കൊ ് യഥാർത്ഥ കൂട്ടായ്മയുടെ (Koinonia) അനുഭവ ങ്ങളെ സഭയ്ക്കുള്ളിൽ വളർത്താൻ കഴിയണം. ക്രിസ്തു ശരീരമാകുന്ന സഭയിലെ ഐക്യം കേവലം ആത്മീയ രംഗ ത്തുമാത്രം ഒതുങ്ങുകയും അത് സാമൂഹിക ഭിന്നതകൾക്ക് പരിഹാരമാകാതിരിക്കുകയും ചെയ്യുമ്പോൾ അവിടെ സു വിശേഷത്തിന്റെ അന്തഃസത്ത നഷ്ടമാവുകയാണ്.

സഭയ്ക്കുള്ളിൽ മണ്ഡപത്തിലച്ചൻ തെളിയിച്ച ഐക്യദാർഢ്യത്തിന്റെ ധാര (Solidarity dimension) സഭയിലി ന്ന് ഒളിമങ്ങി നിൽക്കുകയാണ്. അതിന്റെ ചരിത്രപരമായ കാരണങ്ങൾ തിരിച്ചറിഞ്ഞ് ആ ധാരയെ ചൈതന്യവത്താ ക്കാൻ സഭയ്ക്കു കഴിയണം. ആധുനികാനന്തര സാമൂഹിക പരിസരം നമ്മുടെ മുമ്പിലുയർത്തുന്ന വെല്ലുവിളികളോടു പ്രതികരിക്കാൻ മണ്ഡപത്തിലച്ചന്റെ സ്മരണ ഒരു പ്രചോ ദനസ്രോതസ്സായി തീരട്ടെ എന്നു പ്രാർത്ഥിച്ചുകൊ ് ഈ പ്രഭാഷണം ഉപസംഹരിക്കുന്നു.

ജാതീയതയിൽ നിന്ന് ക്രിസ്തീയതയിലേക്ക്

റവ. ഡോ.എബ്രഹാം കുരുവിള

ആമുഖം

മലങ്കര സഭയിലെ നവീകരണം 1836 ൽ ആരംഭിച്ചു എങ്കിലും പിന്നെയും പതിറ്റാ ുകൾക്ക് ശേഷമാണ് മാർത്തോമ്മാ സഭ സുവിശേഷപ്രഘോഷണം ആരംഭിച്ചത്. അതോടുകൂടിയാണ് സുറിയാനി ക്രിസ്ത്യാനി എന്ന സാമൂഹ്യ വിഭാഗത്തിന് പുറത്തുള്ളവർ സഭാം ഗത്വം സ്വീകരിച്ചത്. പ്രാരംഭത്തിൽ മലയാളക്കരയിലെ വിവിധ ജാതികളിൽപെട്ടവരാണ് ക്രിസ്തുമാർഗ്ഗം സ്വീകരിച്ച് സഭാംഗങ്ങളായത്. എന്നാൽ സുവിശേഷപ്രഘോഷണം കേരളത്തിന് പുറത്തേക്ക് വ്യാപിച്ചപ്പോൾ മാർത്തോമ്മാ സഭ ജാതിപരമായും ഭാഷാപരമായും ബഹുലതയുള്ളതായി തീർന്നു. പുതുതായി ക്രിസ്തുമാർഗം സ്വീകരിച്ച് സഭാഗംത്വത്തിലേക്ക് പ്രവേശിച്ചവർ മനുഷ്യസമത്വം എന്ന പുതിയ നിയമ ദർശനം സഭാ ജീവിതത്തിൽ പ്രകടമാകും എന്ന് പ്രതീക്ഷിച്ചു. എന്നാൽ പരമ്പരാഗത അംഗങ്ങളായ സുറിയാനി ക്രിസ്ത്യാനികളിൽ ഏറിയ പങ്കും ജാതീയതയും അതിന്റെ ഭാഗമായ മുൻവിധികളും സാമ്പത്തിക സ്ഥാപിത താല്പര്യങ്ങളും ഉപേക്ഷിച്ച് നവാഗതരെ തുല്യരായി സ്വാഗതം ചെയ്യുവാൻ തയ്യാറല്ലായിരുന്നു. ജാതീയത തുടരുന്നതിൽ നിന്നും അന്നത്തെ നവീകരണ വിശ്വാസം അവരെ തടഞ്ഞില്ല എന്നും അതിൽ എന്തെങ്കിലും പൊരുത്തക്കേടോ, വൈരുധ്യമോ ഉള്ളതായി അവർക്ക് അനുഭവപ്പെട്ടിട്ടില്ല എന്നതും ശ്രദ്ധിക്കപ്പെടേ താണ്. രക്ഷയ്ക്ക് കൂട്ടവകാശികളും ദൈവദൃഷ്ടിയിൽ തുല്യരും എന്ന് അംഗീകരിക്കാൻ തന്നെ ഈ ഭൂമിയിൽ തുല്യമൂല്യമുള്ളവർ എന്ന അവർണ്ണരായി കരുതപ്പെട്ടിരുന്ന ജനവിഭാഗങ്ങളെ പരിഗണിക്കുവാനുള്ള ഇടം നവീകരണ ആത്മീയതയിൽ ഉ ായിരു

ന്നില്ല എന്നതും വസ്തുതയാണ്. മാർത്തോമ്മാ സഭയുടെ ജാതീയത കലർന്ന സുവിശേഷ ദർശനത്തോടുള്ള പ്രതിഷേധം എന്ന നിലയിൽ കൂടിയാണ് പൊതു വിശ്വാസത്തിൽ ഒരു വിഭാഗം സഭ വിട്ടു പോയത് എന്നതും ഒരു ചരിത്ര യാഥാർത്ഥ്യമാണ്. മനുഷ്യ സമത്വം, സാഹോദര്യം എന്നീ ക്രിസ്തുയേശുവിനുള്ള പുതുമനുഷ്യത്വത്തിന്റെ അന്തഃസത്ത അംഗീകരിക്കുന്നതും ബഹുജാതികളെയും ബഹുഭാഷക്കാരെയും ഉൾക്കൊള്ളുന്നതുമായ ഒരു സഭ എന്ന നിലയിൽ വളരുക എന്നത് ഇരുപത്തിയൊന്നാം നൂറ്റാ ിലെ മാർത്തോമ്മാ സഭ ഏറ്റെടുക്കേ സുപ്രധാന വെല്ലുവിളികളിൽ ഒന്നാണ്. ഈ പശ്ചാത്തലത്തിലാണ് 'ജാതീയതയിൽ നിന്നും ക്രിസ്തീയതയിലേക്ക്' എന്ന് വിഷയം ചർച്ച ചെയ്യുവാൻ ഒരുമ്പെടുന്നത്. ബഹുലതയും മനുഷ്യസമത്വം അംഗീകരിക്കുന്നതുമായ ഒരു സഭയായി വളരുക എന്നത് ദൈവോദ്ദേശ്യമായി തിരിച്ചറിയുവാൻ ഉള്ള കൃപ സഭാംഗങ്ങൾ ഏവർക്കും ലഭിക്കും എന്നാണ് എന്റെ പ്രതീക്ഷ. ആ ദർശനം സാക്ഷാത്കരിക്കുന്നതിന് വേ ി അർപ്പണബോധത്തോടെ പ്രവർത്തിക്കുവാൻ സഭാംഗങ്ങളായ എല്ലാ ജാതിക്കാരും പ്രതിബന്ധത പുലർത്തും എന്ന പ്രതീക്ഷയും ഞാൻ കാത്തുസൂക്ഷിക്കുന്നു.

2. ചൂഷണ വ്യവസ്ഥിതികളുടെ അടിവേരുകൾ

ചൂഷണാത്മക വ്യവസ്ഥിതികളുടെ അടിവേരുകൾ മനുഷ്യ മനസ്സുകൾക്കുള്ളിൽ ഒതുങ്ങിനിൽക്കു ന്നില്ല. അടിവേരുകൾ സമൂഹത്തിൽ വ്യാപിച്ചുകിടക്കുന്നു. അസമത്വവും ചൂഷണവും രൂപപ്പെടുത്തുന്നതും പരിപോഷിപ്പി ക്കുന്നതും അവയെ താങ്ങിനിർത്തുന്നതുമായ സാമൂഹ്യ സംവിധാനങ്ങളു ്. അവയുടെ പിൻബലമില്ലാതെ ചൂഷണവും അസമത്വവും ചരിത്രത്തിൽ ശാശ്വതവൽക്കരിക്കപ്പെടുകയില്ല.

ലോകചരിത്രത്തിലുടനീളം ചൂഷണോത്മകമായ സാമൂഹ്യ- രാഷ്ട്രീയ വ്യവസ്ഥിതികൾ നിലനിന്നിട്ടു ്. അടിമസമ്പ്രദായം, വർണ്ണ വിവേചനം, ജന്മിത്വം, കൊളോണിയലിസം മുതലായവയെല്ലാം ഉദാഹരണങ്ങളാണ്. അക്കൂട്ട

ത്തിൽ ഒന്നാണ് ഭാരതത്തിൽ ഇന്നും തുടരുന്ന ജാതീയത. ജാതിവിവേചനം ഭരണഘടനയിലില്ലെങ്കിലും ഒരു സാമ്പത്തിക-സാമൂഹ്യ-സാംസ്കാരിക യാഥാർത്ഥ്യം എന്ന നിലയിൽ ഇന്നും ഭാരതത്തിൽ ശക്തമായി തുടരുന്നു. സമാനമായ ഇതര യാഥാർത്ഥ്യങ്ങളെപ്പോലെ തന്നെ ജാതീയതയെയും താങ്ങി നിർത്തുന്ന ഒരു കൂട്ടം സാമ്പത്തിക-സാമൂഹ്യ-സാംസ്കാരിക സംവിധാനങ്ങൾ ഇന്നും തുടരുന്നു. ഭാരത സമൂഹമാകട്ടെ, മാർത്തോമ്മാ സഭയാകട്ടെ ജാതീയതയെ അതിജീവിക്കണമെങ്കിൽ അതിനെ താങ്ങി നിർത്തുന്ന സാമ്പത്തിക- സാമൂഹ്യ- സാംസ്കാരിക ഘടനകളെ തിരിച്ചറിഞ്ഞ് ഉടച്ചുമാറ്റിയെങ്കിൽ മാത്രമേ സാധിക്കയുള്ളൂ. മനുഷ്യമനസ്സുകൾക്കുള്ളിൽ മാറ്റം വരുത്തി ജാതീയതയെ ഒഴിവാക്കാം എന്നത് മിഥ്യാധാരണയാണ്. അതിനാൽ ജാതീയത കുത്തി വയ്ക്കുന്ന സാമൂഹ്യയാഥാർത്ഥ്യങ്ങളുടെ അപഗ്രഥനത്തിലേക്കു നമുക്കു പ്രവേശിക്കാം.

(മ) സമ്പത്തിന്റെ നിഷേധം

മനുഷ്യൻ ഭൂമിയിൽ അഭിമാനബോധത്തോടെ ജീവിക്കണമെങ്കിൽ ആഹാരം, വസ്ത്രം, പാർപ്പിടം മുതലായ മൗലിക അവകാശങ്ങൾ ഉറപ്പാക്കുവാൻ പറ്റിയ ഒരു സാമൂഹ്യപരിസരം നിലനിൽക്കേ തു ്. ഭാരതത്തിലെ ജാതിവ്യവസ്ഥയിലാകട്ടെ കീഴ്ജാതിയിൽപ്പെട്ടവർക്ക്മേൽ സൂചിപ്പിക്കപ്പെട്ട മൗലിക അവകാശങ്ങൾ നിഷേധിച്ചി രുന്നു. മാത്രമല്ല അനീതി നിറഞ്ഞ ഈ സാമൂഹ്യ, സാമ്പത്തിക വ്യവസ്ഥ ചോദ്യം ചെയ്യപ്പെടാനാവാത്ത ശക്തിയോടെ നൂറ്റാ ുകൾ നിലനിൽക്കയും ചെയ്തിരുന്നു. കീഴ്ജാതിക്കാർക്ക് ഭൂമി നിഷേധിക്കപ്പെടുകയും അധ്വാനത്തിനു നീതിപൂർവകമായ പ്രതിഫലം നിഷേധിക്കയും ചെയ്യുന്ന ആ സംവിധാനത്തോട് പ്രതിഷേധിക്കുവാനുള്ള കരുത്ത് ദളിത് സമൂഹങ്ങളിൽനിന്നും ചോർത്തിക്കളഞ്ഞിരുന്നു. വർണ്ണ വ്യവസ്ഥയിലെ മേൽത്തട്ടുകാരിൽ സമ്പത്ത് കേന്ദ്രീകരിക്കപ്പെടുകയും കീഴത്തട്ടുകാർക്ക് സമ്പത്തു നിഷേധിക്കപ്പെടുകയും ചെയ്തിരുന്ന ആ സാമൂഹ്യവ്യവസ്ഥിതിയിൽ മേൽത്തട്ടുകാരുടെ 'കാരുണ്യം' കൂടാതെ നിലനിൽപ്

അസാധ്യമായിരുന്നു. ഈ സാമ്പത്തിക സംവിധാനം ജാതി വ്യവസ്ഥയെ ശാശ്വതവൽക്കരിച്ചതിൽ ഗണ്യമായ പങ്കു വഹിച്ചു.

(b) ചൂഷണത്തെ സാധൂകരിക്കുന്ന വിശ്വാസസംഹിതകൾ

ചൂഷണാത്മകമായ സാമ്പത്തിക വ്യവസ്ഥയെ താങ്ങിനിർത്തുകയും അതിനു പിൻബലം നൽകുകയും ചെയ്തിരുന്ന ഒരു ലോകവീക്ഷണം, വിശ്വാസസംഹിത, തത്വശാസ്ത്രം ഇവ നിലനിന്നിരുന്നു എന്നതും ജാതിവ്യവസ്ഥയെ ശാശ്വതവൽക്കരിക്കുന്നതിൽ നിർണ്ണായക പങ്കുവഹിച്ചിട്ടു ്. ഇഹലോക ജീവിതത്തിലെ അരിഷ്ടതകൾക്കു കാരണം മുൻജന്മ പാപങ്ങളാണ് എന്ന വിശ്വാസം തങ്ങളുടെ ദുരവസ്ഥയ്ക്കു തങ്ങൾ തന്നെയാണു കാരണം എന്നു വിശ്വസിക്കുവാൻ കീഴ്ജാതികളെ ശീലിപ്പിച്ചു. സാമൂ ഹ്യ ജീവിതത്തിലെ ഉച്ചനീചത്വങ്ങൾ ദൈവനിശ്ചയമാണെന്നും 'വിധി' ആണെന്നും വിശ്വസിക്കുവാനുള്ള പ്രേരണകളും ഇവിടുത്തെ ജീവിതതത്വശാസ്ത്രത്തിൽ ആഴത്തിൽ വേരോടിയിരുന്നു. ഇത്തരം വിശ്വാസങ്ങളിലൂടെ അടിമുടി ചൂഷണാത്മകമായ ഒരു വ്യവസ്ഥിതിയോടു മറുതലിക്കുന്നത് ദൈവത്തോടും ദൈവനിശ്ചയങ്ങളോടുമുള്ള മറുതലിപ്പായിരിക്കും എന്ന പ്രതീതിയും ഈ സമൂഹം രൂപപ്പെടുത്തി.

(c) ചൂഷണത്തെ ഉറപ്പിക്കുന്ന സാംസ്കാരിക നടപടികൾ

അനീതിയെ താങ്ങിനിർത്തുന്ന വിശ്വാസ സംഹിതകളോടൊപ്പം ജാതിവ്യവസ്ഥയെ അരക്കിട്ടുറപ്പിക്കുന്ന സാംസ്കാരിക നടപടികളും ഇവിടെ നിലനിന്നിരുന്നു. ദളിതർ അശുദ്ധരായതിനാൽ അവരോടുള്ള സാമീപ്യവും സ്പർശനവും അശുദ്ധി ഉളവാക്കും എന്ന വിശ്വാസം പ്രബലപ്പെടുത്തുന്ന രീതിയിൽ തൊട്ടുകൂടായ്മയും തീ ി കൂടായ്മയും ഈ സംസ്കാരത്തിൽ രൂഢമൂലമായിരുന്നു. ഉയർന്ന ജാതിക്കാർക്കും കീഴ്ജാതിക്കാർക്കും വെവ്വേറെ കിണറുകൾ ഉ ാക്കി കുടിവെള്ളം പോലും ശുദ്ധി അശുദ്ധി സങ്കല്പങ്ങൾ പ്രചരിപ്പിക്കുവാനുള്ള മാധ്യമമാക്കിത്തീർത്തു. ചൂഷ

ണാത്മകമായ സാമ്പത്തിക വ്യവസ്ഥയെ ബലപ്പെടുത്തുന്ന വിശ്വാസസംഹിതകൾ, സാംസ്കാരിക മര്യാദകൾ ഇവ ഇണങ്ങി ചേർത്താണ് ജാതിവ്യവസ്ഥയെ ശാശ്വതവൽക്കരിച്ചിരിക്കുന്നത്. ഇവയുടെ സംഘടിത ശക്തിയെ വെല്ലുവിളിച്ചുകൊ ് ജാതിവ്യവസ്ഥയെ ചോദ്യം ചെയ്യുക പരമ്പരാഗത ഭാരതത്തിൽ അസാധ്യമായിരുന്നു ഭാരത സമൂഹത്തിൽ ആകട്ടെ ഭാരത സഭകളിലാകട്ടെ മാർത്തോമ്മാ സഭയിൽ ആകട്ടെ നിലനിൽക്കുന്ന ജാതീയതയെ നിർവീര്യമാക്കി മനുഷ്യസമത്വമുള്ള സമൂഹവും സഭയും കെട്ടുപണി ചെയ്യപ്പെടണമെങ്കിൽ അതിനെ താങ്ങിനിർത്തുന്ന സാമ്പത്തിക സാമൂഹ്യ സാംസ്കാരിക ഘടനകളെ ഉടച്ചു വാർത്തേ തു ്. ഭാരതത്തെ ആകമാനമായി കാണുമ്പോൾ ക്രിസ്ത്യാനികൾ ഉൾപ്പെടെയുള്ള ദളിത് സമൂഹങ്ങൾ വികലമായ സാമ്പത്തികക്രമത്തിന്റെയും സാമൂഹ്യ സാംസ്കാരിക ക്രമങ്ങളുടെയും ഇരകളായി തുടരുന്നു എന്നത് സത്യമാണ്. അതിനെതിരെ ദളിത് സമൂ ഹങ്ങൾ പൊതുവെയും ദളിത് ക്രൈസ്തവർ പ്രത്യേ കിച്ചും പോരാടിക്കൊ ിരിക്കുന്നു. ഈ പോരാട്ടത്തിൽ സുറിയാനി ക്രിസ്ത്യാനി സമൂഹം ഉൾപ്പെടെ സഭ മൊത്തം പങ്കുചേരുന്നതിലൂടെയാണ് ഘടനാപരമായ പരിവർത്തനങ്ങളിൽ സാഹോദര്യ ബുദ്ധിയോടെയുള്ള പങ്കാളിത്തം സാധ്യമാകുന്നത്. ഇതോടൊപ്പം സഭയ്ക്കുള്ളിൽ പൊതു സമൂഹത്തിലും ഒരുപോലെ ദളിതരുടെ മനുഷ്യത്വം മാന്യത തുല്യത ഇവ അംഗീകരിക്കുന്ന ലോകവീക്ഷണവും ധാർമിക ബോധവും പരിപോഷിപ്പിക്കുന്നതിനുള്ള ഉദ്യമങ്ങളും സജീവമാകേ തു ്. സമൂഹത്തിൽ സ്ഥാനവും മാന്യതയും നിഷേധിക്കപ്പെടുന്ന ഒരു സാമൂഹിക അന്തരീക്ഷത്തിലാണ് ഓരോ ദളിതനും ജനനം മുതൽ വളർന്നുവന്നി രുന്നത്. ഇത്തരം രൂക്ഷമായ അടിച്ചമർത്തലിന്റെ കീഴിൽ വളരുവാൻ മനുഷ്യർ നിർബന്ധിതരാകുമ്പോൾ അത് അവരുടെ വ്യക്തിത്വത്തെ തന്നെ ദോഷമായി ബാധിക്കുന്നു അടിച്ചമർത്തലിന്റെ ശക്തികൾ അതിശക്തവും ദളിത് സമൂഹത്തിന്റെ കഴിവുകൾ അതീവ ദുർബലവും എന്നൊരു ധാരണയ്ക്ക് കീഴിൽ വളരുവാൻ ദളിതർ നിർബന്ധിതരായിരുന്നു. സ്വാതന്ത്ര്യാനന്തര ഭാര

തത്തിൽ ദളിത് വിമോചന ത്തിനുതകുന്ന സാമൂഹ്യ-രാഷ്ട്രീയ അന്തരീക്ഷം ഉരുത്തിരി ഞ്ഞു വന്നിട്ടു ്. ആ പ്രക്രിയയ്ക്ക് ആക്കം കൂട്ടുവാനുള്ള ദളിത് ഉദ്യമങ്ങൾക്കാണ് പൊതുസമൂഹത്തിൽ നിന്നും സഭകളിൽ നിന്നും പിൻബലം ലഭിക്കേ ത്. ഈ പശ്ചാത്ത ലത്തിൽ മാർത്തോമ്മാ സഭ ദളിതരുടെ മാന്യതയും മനുഷ്യ ത്വവും പരിരക്ഷിക്കുവാനുള്ള ഉദ്യമങ്ങളിൽ എങ്ങനെ പങ്കുചേരാൻ ആവും എന്ന താണ് സഭ പരിഗണിക്കേ വിഷയം. ദളിതരോടുള്ള മുൻവിധിയും വിവേചനവും നിലനിർത്തുന്നതിന് പിൻബലം നൽകിക്കൊ ിരിക്കുന്ന സാംസ്കാരിക നടപടികൾ നിർമാർജനം ചെയ്യപ്പെടേ തു ്. തൊട്ടുകൂടായ്മയും തീ ി കൂടായ്മയും നിലനിർത്തുന്ന സാംസ്കാരിക നടപടികളും പ്രത്യേകമായി വിവേചനം കാട്ടുന്ന സാമൂഹ്യ നടപടികളും ഇന്നും തുടരുന്നു എന്നത് പൂർണ്ണ ഗൗരവത്തോടെ കാണേ തു ്. ജാതീയത ശാശ്വതവൽക്കരിക്കുന്ന എല്ലാ സാമ്പത്തിക, രാഷ്ട്രീയ, സാമൂഹ്യ, സാംസ്കാരിക, മത ഘടകങ്ങളും ഉടച്ചുവാർക്കുവാനുള്ള തീവ്രമായ പോരാട്ടം ശക്തമായി തുടരേ തു ്. ഈ ഉടച്ചുവാർക്കൽ സഭയ്ക്കകത്തും നടക്കേ തു ്. അതിന്റെ ഭാഗമായി പ്രസക്തമായ മാറ്റങ്ങൾ സഭയുടെ ഘടനകളിലും പ്രവർത്തന പരിപാടികളിലും നടത്തുന്നതിലൂടെയാണ് പത്തൊൻപതാം നൂറ്റാ ിലേതിൽ നിന്നും ഭിന്നമായ ഒരു ആത്മീയപാത പിന്തുടരുവാൻ മാർത്തോമ്മാ സഭ സജ്ജമാകുന്നത്.

3. നവീകരണം : ഒരു വിലയിരുത്തൽ

പത്തൊമ്പതാം നൂറ്റാ ിലെ നവീകരണ പ്രസ്ഥാനം ദളിതരുടെ മാന്യതയും മനുഷ്യത്വവും അംഗീകരിക്കുന്നതിന് ഏതളവിൽ സംഭാവനകൾ നൽകി എന്നത് വിലയിരുത്തപ്പെടേ തു ്. നവീകരണത്തിന്റെ കാമ്പ് തക്സായിൽ വരുത്തിയ മാറ്റങ്ങളോ ആചാരങ്ങളിൽ വരുത്തിയ മാറ്റങ്ങളോ അല്ല. ഈ മാറ്റങ്ങൾക്ക് പ്രചോദനം നൽകാൻ സുവിശേഷ ദർശനത്തിലും രക്ഷാസങ്കല്പത്തിലും ഉ ായ മാറ്റങ്ങളാണ് നവീകരണത്തിന്റെ കാമ്പ്. അതിനെ സംബന്ധിച്ച വിചിന്തനമാണ് പ്രാരംഭമായി നടക്കേ ത്.

ദൈവത്തിന്റെ രക്ഷാപദ്ധതിയിൽ സകല മനുഷ്യരും ഉൾപ്പെടുന്നു എന്ന് തിരിച്ചറിവായിരുന്നു നവീകരണ ഉൾക്കാഴ്ചകളിൽ ഏറ്റം പ്രധാനം. മാത്രമല്ല സകല മനുഷ്യരുടെയും ജാതി, മത, ലിംഗ ദേശഭേദമെന്യേ രക്ഷയിലേക്ക് സ്വാഗതം ചെയ്യുന്നത് ക്രൈസ്തവ സഭയുടെ ഉത്തരവാദിത്വമായും നവീകരണ പ്രസ്ഥാനം തിരിച്ചറിഞ്ഞു. യേശു ക്രിസ്തുവിൽ ഉള്ള വിശ്വാസവും യേശുക്രിസ്തുവിനോടുള്ള ബന്ധത്തിൽ മനുഷ്യത്വത്തിന് ഉ   ാകുന്ന പുതുക്കവും ആണ് രക്ഷയിലേക്കുള്ള പ്രവേശന കവാടം എന്നും നവീകരണം ശക്തീകരിച്ചു. ഐഹിക ജീവിതത്തിലെ കഷ്ടതകൾ മുൻജന്മ പാപങ്ങളുടെ ഫലം എന്ന നിലയിൽ അനുഭവിച്ചു നരകിക്കേ   കാര്യമില്ല എന്നും യേശുക്രിസ്തുവിന്റെ ആത്മ ത്യാഗത്തിലൂടെ സൃഷ്ടി ശാപമുക്തമാക്കപ്പെട്ടിരിക്കുന്നു എന്നുമുള്ള സന്ദേശം ദളി തരെ സംബന്ധിച്ചിടത്തോളം പ്രത്യേക പ്രസക്തിയുള്ളതായിരുന്നു. യേശു ക്രിസ്തുവിൽ വിശ്വസിച്ച് യേശുക്രിസ്തുവുമായുള്ള ബന്ധത്തിലേക്ക് പ്രവേശിക്കുന്നത് വഴി ദൈവം മനുഷ്യ വർഗ്ഗത്തിന് നൽകിയ പാപമോചനത്തിന്റെയും പുതുജീവന്റെയും അനുഭവക്കാരായി തീരുവാനുള്ള വഴി ദളിതരുൾപ്പെടെ ഏവർക്കും സദ്‌വാർത്ത തന്നെയായിരുന്നു.

4. ദൈവരാജ്യത്തിന്റെ സുവിശേഷം

(a) ദൈവരാജ്യം നീതിയുടെ മാനദണ്ഡങ്ങളെ പുനർനിർവചിക്കുന്നു

രക്ഷ, മാനസാന്തരം, പുതുജനനം എന്നിവ ദൈവരാജ്യത്തിന്റെ സുവിശേഷം പ്രഘോഷിച്ച യേശുക്രിസ്തു ഉയർത്തിപ്പിടിച്ചിരുന്നു എന്നതു വസ്തുതയാണ്. പുതുതായി ജനിച്ചില്ല എങ്കിൽ ദൈവ രാജ്യം കാണ്മാൻ ആർക്കും കഴികയില്ല എന്ന് യേശു നിക്കോദിമോസിനോടു പറഞ്ഞു. ഏകജാതനായ പുത്രനിൽ വിശ്വസിക്കുന്ന ഏവനും നിത്യജീവൻ അതേ സംഭാഷണത്തിന്റെ ഭാഗമായി യേശു വാഗ്ദാനം ചെയ്യുന്നുമു ്. എന്നാൽ 'പുതുതായി ജനിക്കുക, വിശ്വസിക്കുക' എന്നിവയുടെ അർത്ഥവ്യാപ്തി പത്തൊൻ

പതാം നൂറ്റാ ിലെ നവീകരണ പ്രസ്ഥാനം യേശുക്രിസ്തു വിന്റെ ദൈവരാജ്യ പ്രഘോഷണത്തിന്റെ വെളിച്ചത്തിലാ ണോ നിർവ്വചിച്ചത് എന്നതു പരിശോധിക്കപ്പെടേ തു ്. "കാലം തികഞ്ഞു ദൈവരാജ്യം സമീപിച്ചിരിക്കുന്നു. മാന സാന്തരപ്പെട്ടു സുവിശേഷത്തിൽ വിശ്വസിപ്പിൻ" എന്ന് ആഹ്വാനം ചെയ്തുകൊ ാണ് യേശു പരസ്യശുശ്രൂഷ ആരംഭിച്ചത്. ദൈവ രാജ്യം ആഗതമായിരിക്കുന്നതിനാൽ ദൈവരാജ്യനീതിക്കു നിരക്കാത്തതെല്ലാം ഉപേക്ഷിച്ചു മാന സാന്തരപ്പെടണം എന്നതാണ് യേശുവിന്റെ ആഹ്വാനത്തി ന്റെ ചുരുക്കം. ദൈവരാജ്യത്തിലെ നീതിയും യഹൂദമത നേതൃത്വത്തിന്റെ നീതിബോധവും തമ്മിൽ അജഗജാന്തര മു ായിരുന്നു. അതുകൊ ാണ് നിങ്ങളുടെ നീതിശാസ് ത്രിമാരുടെയും പരീശന്മാരുടേയും നീതിയെ കവിയുന്നില്ല എങ്കിൽ നിങ്ങൾ സ്വർഗ്ഗരാജ്യത്തിൽ കടക്കയില്ല എന്ന മുന്നറിയിപ്പ് യേശു നൽകിയത്. ദൈവരാജ്യത്തിന്റെ നീതി ബോധം യേശു വെളിപ്പെടുത്തിയതാകട്ടെ വൈവിധ്യമാ ർന്ന രീതികളിലും ആയിരുന്നു. ശാസ്ത്രിമാരുടെയും പരീ ശന്മാരുടെയും ദൃഷ്ടിയിൽ യഹൂദർ ദൈവജനവും മറ്റുള്ള വർ ദൈവത്തിന് അന്യരുമായിരുന്നു. എന്നാൽ സകല മനു ഷ്യരും ദൈവത്തിനുള്ളവർ എന്ന് യേശു കരുതി. അതു കൊ ാണ് യേശു ഒരു ന്യായശാസ്ത്രിയോട് നല്ല ശമര്യാ ക്കാരന്റെ ഉപമ പറഞ്ഞത്. നിത്യജീവൻ പ്രാപിക്കണമെന്ന് ആത്മാർത്ഥമായി ആഗ്രഹിക്കുന്നു എങ്കിൽ അയാൾ മാന്യ ത കല്പിക്കുന്ന പുരോഹിതന്റെയും ലേവ്യന്റെയും നിർ മനുഷ്യത്വം ഉപേക്ഷിച്ച അയാൾ വെറുക്കുകയും മ്ലേച്ഛ നായി കരുതുകയും ചെയ്തിരുന്ന ശമര്യാക്കാരന്റെ മനുഷ്യ ത്വം ഉൾക്കൊള്ളണം എന്നാണ് ഉപമയുടെ സാരാംശം. യഹൂദൻ ശമര്യ ദേശത്തെതന്നെ അശുദ്ധമായി കരുതു കയും ആ ദേശത്തു കാൽ ചവിട്ടുന്നത് ആവോളം ഒഴി വാക്കുകയും ചെയ്തിരുന്നു. യേശു ആകട്ടെ മനഃപ്പൂർവ മായി ശമര്യയിലൂടെ നടക്കുമായിരുന്നു എന്നു മാത്രമല്ല, ഒരു ശമര്യസ്ത്രീയോട് കുടിവെള്ളം ചോദിച്ച് അവളെ അശുദ്ധയായി കരുതുന്നില്ല എന്നു പ്രഖ്യാപനം ചെയ്തു. അതു പോലെതന്നെ റോമൻ സൈനിക ഓഫീസറുടെ

ദാസനെ സൗഖ്യമാക്കുന്നതിലൂടെയും കനാന്യ സ്ത്രീയു
ടെ ഭൂതബാധിതയായ മകൾക്കു സൗഖ്യം നൽകുന്നതി
ലൂടെയും യേശു അവരെ ദൈവമക്കൾ എന്ന നിലയിൽ
അംഗീകരിക്കുക മാത്രമല്ല അവരുടെ വിശ്വാസത്തെ പ്രശം
സിക്കുന്നതും കാണാം.

യഹൂദരുടെ ജാതിചിന്തയെ മാത്രമല്ല യേശു തള്ളി
പ്പറഞ്ഞത്. ധനാസക്തിയെയും യേശു തള്ളിപ്പറഞ്ഞ് ദരി
ദ്ര്യരെ ദൈവം എത്ര ക   ു സ്നേഹിക്കുന്നു എന്ന് വ്യക്തമാ
ക്കുകയും ചെയ്തു. ധനവാന്റെയും ലാസറിന്റെയും ഉപ
മയും, നിലം നന്നായി വിളഞ്ഞ ധനാഢ്യനായ കൃഷിക്കാ
രന്റെ ഉപമയും, ധനത്തോടുള്ള യഹൂദമനോഭാവ ത്തിന്റെ
വിമർശം വെളിപ്പെടുത്തുന്നു. 'ധനവാൻ സ്വർഗ്ഗരാജ്യത്തിൽ
കടക്കുന്നതിനേക്കാൾ ഒട്ടകം സൂചിക്കുഴയിലൂടെ കടക്കുന്ന
ത് എളുപ്പം' എന്ന പ്രസ്താവനയും ര   ു കാശിട്ട വിധവയ്
ക്കു ലഭിക്കുന്ന പ്രശംസയും ദരിദ്രർക്കു യേശുക്രിസ്തു
കല്പിച്ച മൂല്യം വെളിപ്പെടുത്തുന്നു. കപടഭക്തിക്കാരായ
ശാസ്ത്രിമാരും പരീശന്മാരുമായു ള്ളോരെ നിങ്ങൾക്കു ഹാ
കഷ്ടം എന്നു തുടങ്ങുന്ന അതിശക്തമായ വിമർശനം ദൈവ
നീതിയിൽ നിന്ന് അന്യപ്പെട്ട മതാധികാരങ്ങളെ സംബന്ധി
ച്ചും അധികാരികളെ സംബന്ധിച്ചുമുള്ള വിമർശനവുമാണ്.
യഹൂദമതം ധാർമ്മികവീഴ്ചയുള്ളവരെ പാപികൾ എന്ന
മുദ്രകുത്തി പുറം തള്ളിയപ്പോൾ യേശുവാകട്ടെ വ്യഭിചാര
കർമ്മത്തിൽ പിടിക്കപ്പെട്ടു എന്ന് ആരോപിതയായ സ്ത്രീ
യെയും കുറ്റം വിധിക്കാതെ ദൈവസ്നേഹത്തിന്റെ വലയ
ത്തിൽ നിലനിർത്തി. സമൂഹത്തിൽ ദുഷ്പേരുള്ള ഒരു
സ്ത്രീ അനുതാപപൂർവ്വം കണ്ണീർകൊ   ് യേശുവിന്റെ
കാൽ നനച്ച് മുടികൊ   ു തുടച്ചപ്പോൾ പ്രശംസിക്കപ്പെട്ടു.
ചുങ്കക്കാരനായ സക്കായിയുടെ വീട്ടിൽ ക്ഷണിക്കപ്പെടാത്ത
അതിഥിയായി കടന്നുചെന്ന് അവനെ അബ്രഹാമിന്റെ സന്ത
തി എന്നു പ്രഖ്യാപിച്ചു. ചുങ്കക്കാരോടും പാപികളോടും
കൂടെ തിന്നുകുടിക്കുന്ന വൻ എന്നതായിരുന്നു യേശുവിനെ
സംബന്ധിച്ച് യഹൂദർ ഉയർത്തിയ ഒരു വിമർശനം. യേശു
ആകട്ടെ സമൂഹം മാന്യത നിഷേധിച്ചു, അയോഗ്യരാക്കി

പുറംതള്ളിയിരുന്നവരോടൊപ്പം അത്താഴം കഴിക്കയും ആ ഭക്ഷണമേശയെ ദൈവരാജ്യത്തിലെ പന്തിക്കിരിപ്പിന്റെ മുന്നാസ്വാദനമായി അവതരിപ്പിക്കയും ചെയ്തു. ഗുരുവായിരിക്കെ യേശു ശിഷ്യരുടെ കാൽ കഴുകി മേൽസൂചിപ്പിച്ച നടപടികളെല്ലാം യഹൂദരുടെ നീതിബോധത്തിന്റെ ദൃഷ്ടിയിൽ അസ്വീകാര്യവും ദൈവരാജ്യ വീക്ഷണത്തിൽ സ്വീകാര്യവും മാതൃകാപരവുമായിരുന്നു. മാനസാന്തരപ്പെട്ടു സുവിശേഷത്തിൽ വിശ്വസിപ്പിൻ എന്ന യേശുവിന്റെ ആഹ്വാനത്തോടു പ്രതികരിക്കേ ത് യേശു വെളിപ്പെടുത്തിയതും മാതൃകയായി ഉയർത്തിക്കാട്ടിയതുമായ ദൈവരാജ്യനീതിക്കനുസൃതമായാണ്. ഇത് ഒരു വലിയ സത്യം പ്രഖ്യാപിക്കുന്നു. മനുഷ്യന്റെ നീതിബോധം വികലമെങ്കിൽ മാനസാന്തരവും വികലമായിരിക്കും. സത്യമാനസാന്തരമു ാകണമെങ്കിൽ സത്യമായ നീതിബോധം മനുഷ്യൻ ഉൾക്കൊള്ളേ തു ്.

(b) നവീകരണത്തിലെ സംസ്കാരബദ്ധമായ നീതി നിർവചനം

സുവിശേഷ പ്രഘോഷണത്തിൽ പ്രഘോഷകരും കേൾവിക്കാരും ദൈവരാജ്യത്തിന്റെ നീതിബോധം ഉൾക്കൊ െ ങ്കിൽ മാത്രമേ സുവിശേഷവിഹിതമായ മാനസാന്തരത്തിലേക്ക് ആനയിക്കപ്പെടുകയുള്ളു. ഇക്കാര്യത്തിലാണ് പത്തൊൻപതാം നൂറ്റാ ിലെ നവീകരണത്തിന് ഗൗരവമേറിയ പരിമിതികളു ായിരുന്നത്. പത്തൊൻപതാം നൂറ്റാ ിൽ ജാതിവ്യവസ്ഥ കൊടികുത്തി വാണിരുന്ന കാലത്ത് അന്നത്തെ പൊതുസമൂഹം സ്വീകാര്യമായി കരുതിയിരുന്നതെല്ലാം സ്വീകാര്യമായും അസ്വീകാര്യമായി കരുതിയിരുന്നതെല്ലാം പാപമായും നവീകരണ സഭയും പരിഗണിച്ചു. മദ്യപാനം, വ്യഭിചാരം, മോഷണം കൊലപാതകം, പിടിച്ചുപറി, ചതി, വഞ്ചന മുതലായവ യൊക്കെ പാപമായി ആ സമൂഹം അംഗീകരിച്ചിരുന്നു. എന്നാൽ ജാതിവ്യവസ്ഥയും അതിന്റെ ഭാഗമായി നിലനിന്നിരുന്ന സാമ്പ ത്തികക്രമവും അയിത്തം മുതലായ സാംസ്കാരിക നടപടികളും സുറിയാനി ക്രിസ്ത്യാനികൾ സ്വീകാര്യമായി പരിഗണിച്ചു. ജാതി വ്യവസ്ഥയും അതിനെ താങ്ങി നിലനിർത്തുന്ന സാമൂഹ്യക്രമങ്ങളും

ദൈവരാജ്യനീതിയുടെ വെളിച്ചത്തിൽ നീതിയോ അനീതി യോ എന്ന ചോദ്യം ആ തലമുറ സുറിയാനി ക്രിസ്ത്യാ നികൾ ഉന്നയിച്ചതേയില്ല. ആ ചോദ്യം ഉന്നയിച്ച ദളിതരെ ധിക്കാരികളും മറുതലിച്ചുകാരുമായി ചിത്രീകരിച്ചു. യേശു ക്രിസ്തു വെളിപ്പെടുത്തിയ ദൈവരാജ്യത്തിനു യോജിച്ച് മാനസാന്തരമു ാകണമെങ്കിൽ ഏതൊരു സമൂഹത്തി ന്റെ യും നിലവിലുള്ള നീതിബോധം ദൈവരാജ്യദൃഷ്ടിയിൽ വിമ ർശന വിധേയമാക്കപ്പെടേ തു ് എന്ന പ്രാഥമികതത്വം നവീകരണക്കാർ അക്കാലത്തു വിസ്മരിച്ചു. ഇന്നും വിസ്മ രിക്കപ്പെട്ടു കൊ ിരിക്കുന്നു.

ദൈവരാജ്യ സങ്കല്പവുമായി ഉപരിപ്ലവമായ രീതി യിൽ മാത്രം ബന്ധമുള്ള ഒരു രക്ഷാസങ്കല്പമാണ് ഇൻഡ്യ യിൽ പ്രവേശിച്ച യൂറോപ്യൻ മിഷനറിമാർ പുലർത്തിയി രുന്നത്. സി.എം.എസ് മിഷനറിമാരിലൂടെ നവീകരണ നേതാക്കൾ ഉൾക്കൊ ിരുന്നതും ഏറെക്കുറെ അതേ സങ്ക ല്പങ്ങളാണ്. യൂറോപ്യൻ നവീകരണത്തിലെ രക്ഷാസങ്ക ല്പങ്ങൾ ജാതിജഡിലമായ ഇൻഡ്യൻ സാഹചര്യങ്ങളി ലേക്കു പറിച്ചു നടപ്പെട്ടപ്പോൾ പാപം, പാപമോചനം, നീതീ കരണം, വീ ും ജനനം ഇവയെല്ലാം ജാതി ജടിലമായ നീതിബോധത്തിന്റെ ചട്ടക്കൂട്ടിനുള്ളിൽ നിന്നാണ് നിർവചി ക്കപ്പെട്ടത്. ജാതിവിവേചനവും അതിനെ താങ്ങി നിർത്തുന്ന സാമ്പത്തിക-സാമൂഹിക-സാംസ്കാരിക സംവിധാനങ്ങളും ദൈവരാജ്യനീതിക്കു നിരക്കുന്നതോ എന്ന ചോദ്യം തീരെ ഉന്നയിക്കപ്പെട്ടില്ല. തീർത്തും വ്യക്തി കേന്ദ്രീകൃതമായ ആത്മീയത സുറിയാനി ക്രിസ്ത്യാനിയുടെ ജാതീയത കലർ ന്ന നീതിബോധ ത്തിന്റെ വെളിച്ചത്തിൽ അവതരിപ്പിക്ക പ്പെട്ടപ്പോൾ ജാതീയതയിലും ദാരിദ്ര്യത്തിലും ചൂഷണത്തി ലും കുടികൊള്ളുന്ന പാപത്തെ പാപമായിപ്പോലും തിരി ച്ചറിയാതെപോയി എന്നുവേണം കരുതുവാൻ.

(c) നവീകരണം രക്ഷാചരിത്രത്തിന്റെ തുടർച്ച

സമ്പത്തും വിദ്യാഭ്യാസവും നിഷേധിച്ചും തീ ൽ തൊടീൽ മുതലായ അനാചാരങ്ങൾ സൃഷ്ടിച്ചും സമ്പത്തും

അധികാരവും കൈ മുതലാക്കിയ വിഭാഗങ്ങൾ തങ്ങളുടെ അന്യായപദവികൾ നിലനിർത്തുകയും ദളിതരെ പാർശ്വവത്ക്കരിക്കുകയുമാണ് ചെയ്തുകൊ ിരുന്നത്. യേശുക്രിസ്തു ഉയർത്തിയ സാമൂഹ്യ വിമർശനത്തിന്റെയും നീതി യോധത്തിന്റെയും വെളിച്ചത്തിൽ ജാതിവ്യവസ്ഥ വിലയിരുത്തപ്പെടേ താണ് എന്ന തിരിച്ചറിവ് വ്യക്തികേന്ദ്രീകൃതമായ നവീകരണ പ്രസ്ഥാനത്തിന് ഉ ായില്ല എന്നതാന്ന സത്യം. നിത്യ ശിക്ഷാവിധിയിൽ നിന്ന് രക്ഷപെട്ട് നിത്യരക്ഷ എങ്ങനെ ഉറപ്പാക്കാം എന്ന അത്യന്തം പരിമിതമായ ഒരു ചോദ്യത്തിലേക്കും അതിനുള്ള മറുപടിയിലേക്കും ദൈവ രാജ്യത്തിന്റെ സുവിശേഷത്തെ ഒതുക്കിക്കൂട്ടി എന്നത് നവീകരണ ദർശനത്തിന്റെ ഗുരുതരമായ ഒരു പരിമിതി ആയിരുന്നു.

പടിപടിയായി വ്യക്തികൾ എല്ലാം മാനസാന്തരപ്പെടുമ്പോൾ സാമൂഹ്യതിന്മകളെല്ലാം ക്രമേണ ഇല്ലാതായിക്കൊള്ളും എന്ന ചിന്ത നവീകരണധാരയെ അന്നും ഇന്നും ഭരിക്കുന്നു. ഈ കാഴ്ചപ്പാട് യേശു ഉന്നയിച്ച സാമൂഹ്യ വിമർശനത്തെയും സാംസ്കാരിക വിമർശനത്തെയും തള്ളിക്കളയുന്നതാണ് മാത്രമല്ല, മേൽസൂചിപ്പിച്ച കാഴ്ചപ്പാട് ര ു മൗലിക യാഥാർത്ഥ്യങ്ങളെ അവഗണിക്കുന്നുമു ്. ഒന്നാമത്, ജാതിവ്യവസ്ഥ, അടിമസമ്പ്രദായം, വർണവിവേചനം, ലിംഗ വിവേചനം, മുതലായി സാംസ്കാരിക അംഗീകാരമുള്ള തിന്മകൾ അതതു സമൂഹത്തിലെ അംഗങ്ങൾ തിന്മയായി നിർവ്വചിക്കയില്ല. മാത്രമല്ല, വേദപുസ്തകവും ഇതര മതഗ്രന്ഥങ്ങളും ഉപയോഗിച്ച് ആ തിന്മകൾ ദൈവം ഏർപ്പെടുത്തിയിട്ടുള്ള സംവിധാനങ്ങളാണെന്നു വ്യാഖ്യാനിക്കുവാനുള്ള ശക്തമായ നീക്കങ്ങളുമു ാകും. അടിമ സമ്പ്രദായം, അപ്പാർത്തീഡ് ഇവ ദൈവവ്യവസ്ഥയുടെ ഭാഗമായി അവതരിപ്പിക്കുവാൻ വേദപുസ്തകം അതിശക്തമായി ഉപയോഗിക്കപ്പെട്ടു എന്നത് നമ്മുടെ കൺമുന്നിലുള്ള യാഥാർത്ഥ്യങ്ങളാണ്. പാപമായി നിർവചിക്കപ്പെടാത്ത ഒരു കാര്യത്തെ സംബന്ധിച്ച് അനുതാപം അസാധ്യമാണല്ലോ.

വ്യക്തികളുടെ മാനസാന്തരത്തിലൂടെ സാമൂഹ്യതിന്മകൾ ഒഴിവാകും എന്ന ചിന്തയെ അസാധു വാക്കുന്ന മറ്റൊരു ഘടകം കൂടെയു ്. ഒരു സമൂഹത്തിന്റെ ധാർമ്മികബോധം രൂപപ്പെടുത്തുന്നതിൽ അതിന്റെ സാമൂഹ്യ-സാമ്പത്തിക-സാംസ്കാരികഘടനകളുടെ പങ്കു നാം ക ു കഴിഞ്ഞു. ഈ വികല ഘടനകൾ നിലനിൽക്കുന്നിടത്തോളം കാലം വ്യക്തികളുടെ ധാർമ്മികബോധവും വികലമാക്കപ്പെട്ടു കൊ ിരിക്കും. അതുകൊ ് വികല ധാർമ്മികത ഉൽപാദിപ്പിക്കുന്ന ഘടനകൾ അപ്പാടെ നിലനിർത്തിക്കൊ ് മാനസാന്തരം മൂലം സാമൂഹ്യതിന്മകൾ ഒഴിവാക്കാം എന്നത് അയാഥാർത്ഥ്യമാണ്. വികല ഘടനകളും വികല ധാർമ്മികതയും തമ്മിലു ള്ള ബന്ധം ഗ്രഹിക്കുന്ന ന്യൂനപക്ഷത്തിന്റെ ചുമതല വികലഘടനകൾ തകർക്കുന്നതാണ്. അതുകൊ ാണ് പ്രകോപനം ഉ ാകും എന്നറിഞ്ഞുകൊ ു തന്നെ യേശു ശബ്ബത്ത് ലംഘിച്ചത്. അതു കൊ ുതന്നെയാണ് ബാലിന്റെ ബലിപീഠം ഇടിച്ച് അശേരാപ്രതിഷ്ഠ വെട്ടി വീഴ്ത്തി അതിന്റെ വിറകു കൊ ് യഹോവയ്ക്കു യാഗം കഴിക്കുവാൻ ഗിദെയോന് നിർദ്ദേശം ലഭിച്ചതും. വികല ഘടനകളെ പുറത്തുകാട്ടുന്ന സാമൂഹ്യ-സാമ്പത്തിക- സാംസ്കാരിക വിമർശനം ഒഴിവാക്കിക്കൊ ് സുവിശേഷഘോഷണം സാധ്യമല്ല. പത്തൊൻപതാം നൂറ്റാ ിലെ നവീകരണ പ്രസ്ഥാനത്തിന്റെ മുഖ്യപരിമിതികളിൽ ഒന്ന് ഇതായിരുന്നു. അതു ഗ്രഹിച്ചുകൊ ു മാത്രമേ ദളിതർക്കു നീതി ലഭിക്കുവാനുള്ള കർമ്മ പരിപാടികളിലേക്കു പ്രവേശിക്കുവാനാകുകയുള്ളൂ.

5. ഘടനാപരമായ പുതുക്കവും വ്യക്തികളുടെ പുതുക്കവും

(a) മനുഷ്യനിലെ ആ വൈരുദ്ധ്യത്തിന്റെ ആഴങ്ങൾ

ദൈവരാജ്യത്തിന്റെ സുവിശേഷം പ്രഘോഷിക്കുമ്പോൾ ഘടനാപരമായ പുതുക്കവും വ്യക്തി ജീവിതത്തിന്റെ പുതുക്കവും എങ്ങനെ പരസ്പരം ബന്ധിതമായിരിക്കുന്നു എന്നു ചിന്തിക്കേ ത് ആവശ്യം തന്നെ ഉന്നതമായ ദൈവരാജ്യത്തിനനുസൃതമായ, നീതിബോധം അംഗീ കരി

ച്ചതുകൊ ും തദനുസരണം ഘടനാപരമായ പുതുക്ക ത്തിനു വേ തെല്ലാം രാഷ്ട്രത്തിലും സഭയിലും ക്രമീകരി ച്ചതു കൊ ും മാത്രം ദൈവം വിഭാവന ചെയ്യുന്ന രക്ഷ പൂർണ്ണമാകുന്നില്ല. ദൈവിക രക്ഷാപദ്ധതിയിൽ പരിഗണി ക്കപ്പെടേ മറ്റു പല മാനങ്ങളുമു ്. അതിൽ പ്രധാനമായ ഒന്ന് മനുഷ്യ ആളത്വങ്ങളിൽ കുടികൊള്ളുന്ന ആത്മ വൈരുദ്ധ്യമാണ്. ഈ ആത്മവൈരുദ്ധ്യത്തെ ഏറ്റവും പ്രക ടമായി വരച്ചുകാട്ടിയിട്ടു ള്ളത് വിശുദ്ധ പൗലൊസ് ആണ്. നന്മ ഏത്, എന്ത്, എന്നു തിരിച്ചറിഞ്ഞതുകൊ ു മാത്രം മനുഷ്യൻ നന്മ പ്രയോഗത്തിലാക്കുന്നതിൽ വിജയം നേടു ന്നില്ല എന്ന് വിശുദ്ധ പൗലൊസ് സ്വന്ത അനുഭവ ത്തിന്റെ വെളിച്ചത്തിൽ സാക്ഷിച്ചിട്ടു ്. നന്മ എന്ത് എന്നു തിരിച്ച റിയുകയും അതു ചെയ്യണം എന്ന് ആത്മാർത്ഥമായി ആഗ്ര ഹിക്കയും ചെയ്തിട്ടും ആഗ്രഹിക്കുന്ന നന്മയ്ക്കു വിപരീ തമായതു ചെയ്യുവാൻ അകമേ നിന്നു ഹേമിക്കുന്ന ഒരു വിപരീതശക്തി തന്നിൽ ഉ ് എന്ന് പൗലൊസ് തിരിച്ച റിഞ്ഞിരുന്നു. തന്റെ ഉള്ളിൽ വസിക്കുന്ന ജഡം അഥവാ പാപം എന്നാണ് അപ്പൊസ്തലൻ ഇതിനെ നാമകരണം ചെയ്യുന്നത് ഇത് ഒരു യാഥാർത്ഥ്യമാണെന്ന് ധാർമ്മചശ ജീവിതം നയിക്കുവാൻ ഉദ്യമിക്കുന്ന ഏവർക്കും അറിയാം മനസ്സലിവോടെ ഏവരോടും ഇടപെടണമെന്ന് ആഗ്രഹി ക്കുന്ന വ്യക്തി സ്വാർത്ഥതയോടെ പെരുമാറുന്നു. സൗമ്യത ആഗ്രഹിക്കുമ്പോൾ രൗദ്രം പുറത്തുവരുന്നു. ലിംഗ നീതി പ്രസംഗിക്കുന്നയാൾ തന്നെ ലൈംഗിക അതിക്രമം കാട്ടു ന്നു ഇവയെല്ലാം ദൈനംദിന അനുഭവങ്ങളാണ്. ആത്മ നിന്ദയുടെ ആഴത്തിൽ കിടക്കുന്ന മനുഷ്യനെ വിലമതി ക്കുവാനും ഊഷ്മളമായി സ്നേഹിക്കുവാനും ആ സ്നേ ഹാധിക്യത്താൽ സ്വന്തജീവൻ ബലിയർപ്പിച്ചതുമായ ഒരു ദൈവത്തെയാണ് പുതിയനിയമം പരിചയപ്പെടുത്തുന്നത്. ഈ ദൈവത്തോടുള്ള സ്നേഹകൂട്ടായമയിൽ ലഭിക്കുന്നത് വീ ും ജനനത്തിന്റെ അഥവാ പുതുജനനത്തിന്റെ ഒരനു ഭവമാണ്. ആത്മനിന്ദ അതിജീവിച്ച് സ്വയം വില മതിക്കു വാനും സമാന അവസ്ഥയിലുള്ള മറ്റു മനുഷ്യരെ സ്നേഹി ക്കുവാനും വിലമതിക്കുവാനുമുള്ള സ്വാത ന്ത്ര്യം. അതേ

വീ ും ജനനത്തിന്റെ ര ാമതൊരംശമാണ് നീതി ബോധ ത്തിന്റെ നവീകരണവും മനുഷ്യത്വം നിഷേധിക്കുന്ന സാമൂ ഹ്യ- സാംസ്കാരിക ഘടനകളുടെ പുതുക്കത്തിനു വേ ി യും നവീകരണത്തിനു വേ ിയും പ്രവർത്തിക്കുവാനുള്ള സ്വാതന്ത്ര്യം. ഈ സ്വാതന്ത്ര്യങ്ങൾ പരസ്പര ബന്ധിതവു മാണ്. അത് വൈരുദ്ധ്യം അതിജീവിക്കുന്നതും നീതി ബോധം പുതുക്കുന്നതും നീതിയുടെ ഉറവിടമായ ദൈവ ത്തോടുള്ള കൂട്ടായ്മയിലാണ്.

പൗലൊസ് ശ്ലീഹാ അനുഭവിച്ച ആത്മവൈരുദ്ധ്യം ഏതു മനുഷ്യന്റെയും അനുഭവമാണ്. അതിൽ നിന്ന് ഒഴി വുള്ളവർ ആരുമില്ല. മനുഷ്യനിൽ ഇരുളും വെളിച്ചവും കലർന്നുകിടക്കുന്നു. ആ ഇരുളിന്റെ മേൽക്കോയ്മ മൂല മാണ് മതനേതാക്കൾ ലൈംഗിക അതിക്രമങ്ങളിലും സാമ്പ ത്തിക ക്രമക്കേടുകൾ പെടുന്നതിന്റെ വാർത്തകൾ നാം കാണുകയും കേൾക്കുകയും ചെയ്യുന്നത്. ആ ഇരുളിന്റെ മേൽ ക്കോയ്മ മൂലമാണ് തൊഴിലാളി പ്രസ്ഥാനങ്ങളുടെ നേതാക്കളും രാഷ്ട്രീയനേതാക്കളും ജനവഞ്ചകരായി അധഃ പതിക്കുന്നത്. ഇതേ ഇരുൾ മൂലമാണ് വിമോചകരായി പ്രത്യ ക്ഷപ്പെടുന്നവർ ഏകാധിപതികളായി അധഃപതിക്കുന്നത്. ഇരുൾ അടക്കിവാഴുമ്പോഴാണ് ഭക്തി പ്രസ്ഥാനങ്ങളുടെ നേതാക്കൾ ആൾദൈവങ്ങളായി അധഃപതിക്കുന്നത്. വെളി ച്ചം ഇരുളിനെ നിർമ്മാർജ്ജനം ചെയ്തുകൊ ് ചരിത്രത്തി ൽ മുന്നേറുന്നു. അതുകൊ ാണ് "ഏതു മനുഷ്യനെയും പ്രകാശിപ്പിക്കുന്ന സത്യവെളിച്ചം ലോകത്തിലേക്കു വന്നു കൊ ിരുന്നു. അവൻ ലോകത്തിൽ ഉ ായിരുന്നു. ലോക മോ അവനെ അറിഞ്ഞില്ല" എന്ന് വി. യോഹന്നാൻ സാക്ഷ്യ പ്പെടുത്തിയിരിക്കുന്നത് (യോഹ.1:9-10) ഘടനകളുടെ പുതു ക്കവും മനുഷ്യ വ്യക്തിത്വത്തിന്റെ പുതുക്കവും പരസ്പരപൂര കങ്ങളായി ചരിത്രത്തിൽ തുടരുന്നു. ര ും ദൈവത്തിന്റെ രക്ഷാപദ്ധതിയുടെ ഭാഗങ്ങളാണ്. അവയുടെ പരസ്പര ബന്ധം ഗ്രഹിക്കാത്ത സുവിശേഷ ദർശനം അപൂർണ്ണവും ഭാഗികവുമാണ്.

(b) ക്രൂശ് : സമസ്ത തിൻമയുടെ മേലുമുള്ള ദൈവഹിതത്തിന്റെ ജയം

ആത്മവൈരുദ്ധ്യത്തിൽ നിന്നും പുതുജനനത്തിലേക്കും നിരപ്പിന്റെ അനുഭവത്തിലേക്കുമുള്ള മനുഷ്യവ്യക്തിത്വത്തിന്റെ പ്രയാണം ദൈവം മനുഷ്യവ്യക്തിത്വത്തിനുള്ളിൽ നടത്തുന്ന ഇടപെടലിന്റെ ഫലം കൂടെയാണ്. അതുപോലെ തന്നെ ഒരു സമൂഹത്തിന്റെ ലോക വീക്ഷണം നീതിബോധത്തിന്റെ പുതുക്കം ഘടനകളുടെ പുതുക്കം ഇവയിലും ദൈവത്തിന്റെ ഇടപെടലു ്. ഈ ര ് ഇടപെടലുകളും ദൈവം ചരിത്രത്തിൽ നിരന്തരം നടത്തുന്ന ഇടപെടലുകളുമായി ബന്ധപ്പെട്ടുകിടക്കുന്നു. ലോകചരിത്രം ദൈവിക ഇടപെടലുകളുടെ ചരിത്രം കൂടിയാണ്. ദൈവവിരുദ്ധശക്തികൾ പ്രവർത്തനനിരതമായിരിക്കുന്ന ലോകത്തിൽ ദൈവനീതിക്കനുസൃതമായി ലോകചരിത്രഗതിയെ തിരിച്ചുവിടുന്നതിനാണ് ദൈവം ചരിത്രത്തിൽ ഇടപെടുന്നത്. നോഹയുടെ കാലത്തെ പ്രളയം, അബ്രഹാമിന്റെ വിളി, മിസ്രയീമിൽനിന്നുള്ള എബ്രായരുടെ വിടുതൽ, രാജവംശങ്ങളുടെ ഉയർച്ച താഴ്ചകൾ ഇവയെല്ലാം ചരിത്രത്തിലെ ദൈവിക ഇടപെടലും ദൈവനീതി നടപ്പാക്കുന്നതിന്റെ ഉദാഹരണങ്ങളുമാണ്. ഈ ദൃശ്യ ദൈവിക ഇടപെടൽ സകല രാജ്യങ്ങളുടെയും ജനതകളുടെയും ചരിത്രത്തിൽ നടക്കുന്നു ്. തന്മൂലമാണ് ലോകം സാത്താന്യ ശക്തികൾക്കു കീഴ്പ്പെടാതെ നിലനിൽക്കുന്നത്. തിന്മശക്തികളെ നീതിയുള്ള ദൈവം ഏറ്റുമുട്ടുന്ന വേദിയാണ് ലോകചരിത്രം. അതിൽ ഏറ്റവും ശക്തമായ ഏറ്റുമുട്ടലാണ് യേശുവിന്റെ ജനനം, പരസ്യശുശ്രൂഷ, പീഡാനുഭവം, മരണം, ഉയിർപ്പ് ഇവയിലൂടെയെല്ലാം സംഭവിച്ചത്. ആ ഏറ്റുമുട്ടൽ ദൈവത്തിന്റെയും ദൈവനീതിയുടെയും വൻ വിജയവുമായിരുന്നു. അതുകൊ ാണ് നമ്മുടെ കടങ്ങൾ സംബന്ധിച്ച് നമുക്കു പ്രതികൂലമായു ായിരുന്ന രേഖകളും ചട്ടങ്ങളും ദൈവം മാറ്റുകയും അവയെ കുരിശിൽ തറച്ച് പൂർണ്ണമായി തുടച്ചുനീക്കുകയും ചെയ്തു. കുരിശിലൂടെ ദൈവം അധമശക്തികളെയും ദുഷ്ട അധികാരികളെയും നിരായുധരാക്കി അവരുടെമേൽ ജയോത്സവം കൊ ാടുകയും അവരെ ജന മദ്ധ്യ

ത്തിൽ പരിഹാസപാത്രങ്ങളാക്കി പ്രദർശിപ്പിക്കയും ചെയ്തു എന്ന് പൗലൊസ് ശ്ലീഹാ ജയഭേരി മുഴക്കുന്നത് (കൊലൊ. 2:14-15 പുതിയ പരിഭാഷ) തിന്മശക്തികളോടും അനീതി നിറഞ്ഞ നിയമങ്ങൾ, ചട്ടങ്ങൾ, ആചാരങ്ങൾ, വിശ്വാസ സംഹിതകൾ എന്നിവയോടുമെല്ലാം ദൈവം ഇന്നും ലോക മെമ്പാടും ഏറ്റുമുട്ടിക്കൊ ിരിക്കുന്നു. അതിൽ ദൈവഭൃത്യ രായി പങ്കുചേരുവാൻ നമ്മെ ആന്തരിക വൈരുദ്ധ്യങ്ങളിൽ നിന്നു മോചിപ്പിച്ച് പുതുസൃഷ്ടികളാക്കിത്തീർക്കുന്നു. നമ്മുടെ ലോക വീക്ഷണം, നീതിബോധം ഇവയെ സാംസ്കാ രിക വൈകൃതങ്ങളിൽനിന്നു മോചിപ്പിക്കുന്നു. അതോടൊപ്പം അനീതി ശാശ്വതവൽക്കരിക്കുന്ന നിയമങ്ങൾ, ചട്ടങ്ങൾ, ആചാരങ്ങൾ, സാമൂഹ്യ മര്യാദകൾ ഇവയെല്ലാം ദൈവം പൊളിച്ചെഴുതിക്കൊ ിരിക്കുന്നു. വ്യക്തികളുടെ പുതുക്കവും ഘടന കളുടെയും ലോകവീക്ഷ ണത്തിന്റെയും നീതിബോധ ത്തിന്റെയും പുതുക്കവും ആത്യന്തികമായി ദൈവത്തിന്റെ രക്ഷണ്യപ്രവർത്തനങ്ങളുടെയും രക്ഷണ്യ ഇടപെടലുകളു ടെയും വേദികളാണ്.

(c) സമഗരക്ഷയുടെ വെളിച്ചത്തിൽ വ്യക്തികളും സാമൂഹ്യ ഘടനകളും

രക്ഷ, പുതുജനനം, നീതീകരണം എന്നിങ്ങനെയുള്ള വയെല്ലാം കേവലം വ്യക്തിപരമായി മാത്രം ഗ്രഹിക്കയും ചരിത്രത്തിലെ ദൈവത്തിന്റെ രക്ഷാപദ്ധതിയിൽനിന്ന് അന്യപ്പെടുത്തി കാണുകയും ചെയ്തു എന്നതാണ് പത്തൊൻപതാം നൂറ്റാ ിലെ നവീകരണ ത്തിന്റെ ഏറ്റവും വലിയ പരിമിതി. തന്മൂലം ദൈവനീതി, സാമൂഹ്യ നീതി ഇവയെക്കുറിച്ചൊന്നും ചിന്തയില്ലാതെ, ജാതീയത അഭംഗു രം പരിപാലിച്ച്, രക്ഷാനിർണ്ണയവും ആത്മാഭിഷേകവും പ്രാപിച്ച്, ഉത്തമ വിശ്വാസികൾ എന്ന സങ്കല്പത്തിൽ ജീവിതം കഴിക്കുവാൻ നവീകരണഭക്തി മനുഷ്യരെ അനു വദിച്ചു. സമഗ്രതയുള്ള രക്ഷാസങ്കല്പത്തിലേക്കും ഭക്തി ശൈലിയിലേക്കും വളരേ ത് ജാതീയതയെ ഫലപ്രദമാ യി പ്രതിരോധിക്കുന്നതിൽ സുപ്രധാനമാണ്. ചരിത്രത്തി നുള്ളിൽ ദൈവനീതി നടപ്പാക്കുന്ന ദൈവിക ഇടപെടലു

കൾ, ദൈവ നീതി പ്രതിഫലിപ്പിക്കുന്ന സാമൂഹ്യഘടനക ളുടെ സൃഷ്ടി, മനുഷ്യ വ്യക്തിത്വങ്ങളെ വികലമായ നീതി ബോധ ത്തിൽ നിന്നും ആത്മ വൈരുദ്ധ്യങ്ങളിൽ നിന്നും മോചിപ്പിച്ചു പുതുസൃഷ്ടിയാക്കുന്ന പ്രക്രിയ, ഇവയെല്ലാം സമഗ്രമായ രക്ഷാപദ്ധതിയുടെ ഭാഗമാണ്. ദളിത് വിമോ ചനം ഉൾപ്പെടെയുള്ള സാമൂഹ്യനീതി വിഷയങ്ങളിൽ സഭ ക്രിയാത്മകമായി ഇടപെടുന്നതിന് സമഗ്രമായ ഈ രക്ഷാ സങ്കല്പം അതിപ്രധാനമാണ്. പുതു വിശ്വാസസമൂഹങ്ങ ളോടുള്ള സഭയുടെ സമീപനം എന്നതുപോലെതന്നെ സുവിശേഷ പ്രഘോഷണശൈലിയെ സംബന്ധിച്ചും ആഴ മായ ചർച്ചകൾ സഹോദരി സഭകളോടു ചേർന്നു നടത്തേ

സമയവും അതിക്രമിച്ചിരിക്കയാണ്. പുതുവിശ്വാസ സമൂഹങ്ങളെ സംബന്ധിച്ചു ഒരു ഡേറ്റാബാങ്കു സൃഷ്ടിക്കു ന്നതുതന്നെ അത്യാവശ്യമായിരിക്കുന്നു. സഭയിലെ വൈ വിദ്ധ്യം പരിപോഷിപ്പിക്കുന്നതോടൊപ്പം യേശുക്രിസ്തു വിന്റെ ശരീരത്തിന്റെ ഭാഗം എന്ന അവബോധം പരിപോ ഷിപ്പിക്കുവാനായുള്ള ഉദ്യമങ്ങളും നിരന്തരം തുടരേ തു ്.

6. നവീന വെല്ലുവിളികൾ

(a) വിശ്വാസത്തെ വിശ്വാസ പ്രമാണമായി തരം താഴ്ത്തുന്നു

ക്രോഡീകരിക്കപ്പെട്ട വിശ്വാസങ്ങൾ പ്രധാനമെങ്കി ലും വിശ്വാസം അതിനപ്പുറമുള്ള ഒരു യാഥാർത്ഥ്യമാണ് സഭാചരിത്രത്തിലെ രക്ത സാക്ഷികൾ വിശ്വാസവീരരായി ഗണിക്കപ്പെടുന്നത് യേശുക്രിസ്തു കർത്താവ് എന്ന് സത്യ വിശ്വാസം വായ്കൊ ് ഏറ്റുപറഞ്ഞതു കൊ ു മാത്ര മല്ല. മറിച്ച് ആ വിശ്വാസം പുലർത്തുന്നതുകൊ ് ചക്രവർ ത്തിയുടെ മുമ്പിൽ കുമ്പിടുവാൻ വിസമ്മതിച്ചു എന്ന ദൈവ ശാസ്ത്ര നിലപാടുകൊ ു കൂടെയാണ് ദൈവരാജ്യത്തി ന്റെ അടയാളങ്ങൾ വെളിപ്പെടുത്തുകയും തിന്മയുടെ നേരെ വിട്ടുവീഴ്ചയില്ലാതെ മുഖം തിരിച്ചുനിൽക്കയും ചെയ്തതു കൊ ാണ് അവർ വിശ്വാസ വീരരായി എണ്ണപ്പെടുന്നത്.

എന്നാൽ ഇക്കാലങ്ങളിൽ നമുക്കു ചുറ്റും അധാർമ്മികത കൾ അടക്കിവാഴുന്നു എന്നതിനെ അവഗണിച്ച് അവക്കെതിരെ യാതൊരു നിലപാടും സ്വീകരിക്കാതെയും ആത്മ നിറവിലുള്ള ക്രിസ്തീയസാക്ഷ്യത്തിനു പ്രാധാന്യം കല്പിക്കാതെയും സാർവത്രിക സുന്നഹദോസുകളിലെ പ്രഖ്യാപനങ്ങളോടു യോജിക്കുന്നതാണ് 'സ്തുതി ചൊവ്വാക്കപ്പെട്ട വിശ്വാസം' എന്ന മട്ടിലുള്ള നില പാടുകൾ പ്രചരിക്കപ്പെട്ടു കൊ ിരിക്കുന്നു. ധനസമൃദ്ധിമൂലം പൊതു സമൂഹത്തിലും സഭയ്ക്കുള്ളിലും സംഭവിച്ച അധികാര പ്രമത്തത, അഴിമതി, അധാർമ്മികത ഇവയെക്കുറിച്ചൊന്നും നിലപാടെടുക്കാതെ കന്യകമറിയാം ദൈവമാതാവാണോ എന്നും പരിശുദ്ധാത്മാവു 'പിതാവിൽ നിന്നും പുത്രനിൽ നിന്നു പുറപ്പെടുന്നവൻ' എന്നു വിശ്വസിക്കുന്നവർ ശീശ്മക്കാരാണോ എന്നും മറ്റുമുള്ള ചർച്ചകളിലേക്കു ചിലർ കൂപ്പുകുത്തിയിരിക്കുന്നു. ദൈവത്തെ തത്വചിന്തകരുടെ ഭാഷയുപയോഗിച്ചു കൃത്യമായി നിർവചിച്ചുകളയാമെന്ന വികല ചിന്തയുടെ പ്രതിഫലനമാണിവിടെ കാണുന്നത്. യേശു ക്രിസ്തുവിനെ കർത്താവും രക്ഷിതാവും എന്നു കൃത്യമായി ഏറ്റുപറയുന്നതും കർത്താവേ, കർത്താവേ എന്ന വികാരവായ്പോടെ സംബോധന ചെയ്യുന്നതുമല്ല നിർണായക പ്രാധാന്യമുള്ള വിഷയം എന്ന് യേശു ക്രിസ്തുതന്നെ നമുക്കു മുന്നറിയിപ്പു നൽകിയിട്ടു ്. "എന്നോടു കർത്താവേ കർത്താവേ എന്നു പറയുന്നവൻ ഏവനുമല്ല സ്വർഗ്ഗസ്ഥനായ എന്റെ പിതാവിന്റെ ഇഷ്ടം ചെയ്യുന്നവൻ അത്രേ സ്വർഗ്ഗരാജ്യത്തിൽ കടക്കുന്നത്" എന്നത് കർത്തൃവചനമാണ്. യേശുവിന്റെ നാമത്തിൽ ഭൂതങ്ങളെ പുറത്താക്കുകയും വീര്യപ്രവൃത്തികൾ പ്രവർത്തിക്കയും ചെയ്യുന്നതും വിശ്വാസത്തിന്റെ അളവുകോലായി യേശു അംഗീകരിച്ചില്ല എന്നതും വിസ്മരിച്ചുകൂടാ. എളിയവരുടെ വിശപ്പും ദാഹവും ശമിപ്പിച്ചവരും നഗ്നരെ ഉടുപ്പിക്കയും രോഗികളെയും തടവുകാരെയും സന്ദർശിക്കയും ചെയ്തവരാണ് സ്തുതി ചൊവ്വാക്കപ്പെട്ട വിശ്വാസികൾ എന്ന നിലയിൽ പരിഗണിക്കപ്പെടുക എന്ന യേശുവിന്റെ വചനങ്ങൾക്കും അല്പം കൂടെ ഗൗരവം കൊടുക്കുന്ന ദൈവശാസ്ത്ര ചിന്തകൾക്കു

മാർത്തോമ്മാ സഭയിൽ പ്രാമുഖ്യം സിദ്ധിക്കേ ിയിരിക്കുന്നു.

(b) കൂദാശയെ കൂദാശ അനുഷ്ഠാനമായി തരംതാഴ്ത്തുന്നു

ദൈവശാസ്ത്ര തലത്തിൽ മാത്രമല്ല കൂദാശകളെ സംബന്ധിച്ച ധാരണകളിലും കർമ്മാചാരപ്രമത്തത വർദ്ധിപ്പിക്കുന്നു എന്നത് അവഗണിച്ചുകൂടാ. കൂദാശകൾ യേശുക്രിസ്തുവിലൂടെ ദൈവം നൽകിയ വലിയ രക്ഷയുടെ അനുഭവക്കാരായി വളരുവാൻ നൽകപ്പെട്ടിട്ടുള്ള മാധ്യമങ്ങളാണ്. കൂദാശ അനുഷ്ഠിക്കുന്ന രീതി, അതിലുപയോഗിക്കപ്പെടുത്തുന്ന പ്രാർത്ഥനകൾ, ഗീതങ്ങൾ, പ്രതീകങ്ങൾ ഇവയെല്ലാം കൂദാശാക്രമത്തിന്റെ ഭാഗങ്ങൾ മാത്രമാണ് അവയുടെ യെല്ലാം കൃത്യമായ പാലനമോ മൂലഭാഷയുടെ പ്രയോഗമോ ഒന്നുമല്ല കൂദാശയുടെ കേന്ദ്രബിന്ദു. യേശുക്രിസ്തുവിലൂട ദൈവം കാട്ടിയ മനസ്സലിവും അതിലൂടെ സൃഷ്ടിക്കാകെ ലഭിക്കുന്ന കൃപയുടെ മാദ്ധ്യമവുമാണ് കൂദാശകൾ. കൂദാശ അനുഭവത്തിലൂടെ മനുഷ്യജീവൻ തന്നെ ഒരു കൂദാശയായി ഭവിക്കണം എന്നതാണ് ശരിയായ ദർശനം. യേശുക്രിസ്തുവിന്റെ ജീവിതം തന്നെ കൂദാശയായി അർപ്പിക്കപ്പെട്ടു സമാനമായ ജീവാർപ്പണത്തിനുള്ള കൃപ പ്രാപിക്കലാണ് നമ്മുടെ കൂദാശ അനുഭവത്തിലൂടെ സംജാതമാകുന്നത്. പിതാവായ ദൈവ ത്തിന്റെ വലതുഭാഗത്തു മശിഹാതമ്പുരാൻ ഇരിക്കുന്ന ഇടമായ ഉയരത്തിൽ മനസും ശരീരവും ഏകാഗ്രമാക്കപ്പെടുമ്പോഴാണ് നമ്മുടെ ജീവിതം ഒരു കൂദാശയായി ഭവിക്കുന്നത്.

(c) രക്ഷയെ ചരിത്രത്തിൽ നിന്ന് അടർത്തിമാറ്റുന്നു

സുവിശേഷത്തെ അമിതമായി വ്യക്തികേന്ദ്രമാക്കുക വഴി ചരിത്രത്തിലെ ദൈവത്തിന്റെ രക്ഷണ്യമായ ഇടപെടലുകളിൽ നിന്ന് അടർത്തി മാറ്റുകയാണ് പത്തൊൻപതാം നൂറ്റാ ിലെ നവീകരണം ചെയ്തിരുന്നത്. അതേ ദോഷമാണ് വിശ്വാസത്തെ ക്രോഡീകരിക്കപ്പെട്ട വിശ്വാസപ്രമാണങ്ങളായും കൂദാശകളെ അനുഷ്ഠാനങ്ങളായും താഴ്

ത്തുക വഴി സംഭവിക്കുന്നത്. വിശ്വാസ പ്രഖ്യാപനങ്ങൾ ആകട്ടെ, കൂദാശകൾ ആകട്ടെ ദൈവം യേശുക്രിസ്തുവിൽ കൂടി ചെയ്ത രക്ഷാപ്രവർത്തനങ്ങളുടെ വെളിച്ചത്തിൽ മാത്രം കാണുക. യേശുക്രിസ്തു ചരിത്രത്തിനുള്ളിൽ തുടരുന്ന രക്ഷണ്യ ഇടപെടലുകളിൽ നിന്ന് അടർത്തിമാറ്റുകയും ചെയ്യുമ്പോൾ നാം സുവിശേഷത്തെ രക്ഷാചരിത്രത്തിൽ നിന്ന് അടർത്തി മാറ്റുകയാണ് ചെയ്യുന്നത്. നീതി നിഷേധിക്കപ്പെട്ട ഇന്നത്തെ മനുഷ്യന്റെ നെടുവീർപ്പുകളിൽ നിന്ന് നാം ഒളിച്ചോടി ദൈവത്തിൽ നിന്നുതന്നെ ഒളിച്ചോടുന്ന സ്ഥിതിയാണ് നിപതിക്കുക. അങ്ങനെ ചെയ്യുന്നത് വഴി ദൈവശാസ്ത്രവും ആരാധന പൈതൃകവും മുരടിച്ചു പോവുകയും കാലിക പ്രസക്തി നഷ്ടപ്പെടുത്തുകയുമാണ് ചെയ്യുന്നത്. ലോകത്തെമ്പാടും ജീവസ്സുറ്റ സഭകൾ സമകാലിക പ്രസക്തിയുള്ള ദൈവശാസ്ത്രവും ആരാധനാ രൂപങ്ങളും സൃഷ്ടിക്കുകയാണ് ചെയ്യുന്നത്. യേശു ക്രിസ്തുവിലൂടെ ദൈവം ഇന്നും തുടരുന്ന രക്ഷാപ്രവർത്തനങ്ങളെ ചരിത്രത്തിൽ വെളിപ്പെട്ട യേശുക്രിസ്തുവിനോടും അവനിലൂടെ ഉ ായ രക്ഷയുമായി ബന്ധിപ്പിക്കുകയാണ് സർഗ്ഗശേഷിയുള്ള ദൈവശാസ്ത്രവും സർഗ്ഗശേഷിയുള്ള ആരാധനാരൂപങ്ങളും ചെയ്യുന്നത്.

7. ബഹുലതയ്ക്ക് ഇടം നൽകുന്ന ഒരുമ

ഏതൊരു പരിവർത്തനത്തിന്റെയും ആണിക്കല്ല് നിലവിലുള്ള തിന്റെ പരിമിതി സംബന്ധിച്ച ബോധ്യമാണ്. മാർത്തോമ്മാ സഭയിലെ പരമ്പരാഗത അംഗങ്ങളും കഴിഞ്ഞ ഒരു നൂറ്റാ ിനുമേലായി സഭാംഗങ്ങളായി ചേർന്നുവന്നവരും പരിമിതമായ സാമൂഹ്യ, ആത്മീയ കൂട്ടായ്മാ ബന്ധം പുലർത്തിക്കൊ ് ഏതാ ് സമാന്തര രേഖകളെ പ്പോലെയാണ് കഴിഞ്ഞുകൂടുന്നത്. ഇത് യേശുക്രിസ്തുവിന്റെ ശരീരമായ സഭയ്ക്ക് യോഗ്യമല്ല. ഈ സ്ഥിതിയെ സംബന്ധിച്ച് ആഴമായ അതൃപ്തി സഭയിലെ എല്ലാ വിഭാഗങ്ങളുടെയും ഇടയിൽ ഉ ായെങ്കിൽ മാത്രമേ പരിവർത്തനം ഉ ാവുകയുള്ളൂ. നിലവിലെ സ്ഥിതി സുവിശേഷവിരുദ്ധമാണെന്നുള്ള ആഴമായ ബോദ്ധ്യത്തിൽ നിന്നു മാത്രമേ യേശു

ക്രിസ്തുവിലുള്ള പുതുമനുഷ്യത്വം തേടിയുള്ള പ്രയാണവും ഒരു ശരീരത്തിന്റെ ഭാഗമായിരിക്കുവാനുള്ള ആവേശവും സഭയിൽ സംജാതമാകയുള്ളൂ. അർത്ഥപൂർണ്ണമായ വ്യതിയാനങ്ങൾ ഉ ാകണമെങ്കിൽ ജാതി, ഭാഷാ ബഹുലത അംഗീകരിക്കപ്പെടുകയും അതിനുള്ളിൽ നീതിപൂർവകമായ ഒരുമയ്ക്കുവേ ിയുള്ള അന്വേഷണം സഭാവ്യാപകമായി രൂപപ്പെടുകയും ചെയ്യേ തു ്. സഭയുടെ എല്ലാ തലങ്ങളിലുമുള്ള തുറന്ന ചർച്ചയിലൂടെയാണ് പുതിയ കാൽവയ്പുകൾ ഉരുത്തിരിയേ ത്. നിലവിലുള്ള സമാന്തരതയ്ക്ക് ഒരറുതി വരുത്തുന്നതിനും കൂട്ടായ്മാ സ്ഥാപനത്തിനുള്ള പ്രാരംഭ ചുവടുകൾ എന്ന നിലയിലുള്ള ചില നിർദ്ദേശങ്ങളാണ് താഴെ കുറിക്കുന്നത്. കൂടുതൽ ആഴമുള്ളതും അർത്ഥപൂർണ്ണവുമായ നടപടികളിലേക്കു നീങ്ങുവാൻ ഒരു പടിവാതിൽ എന്ന നിലയിൽ മാത്രമാണ് ഇവയെ കാണേ ത്. ഈ മുഖവുരയോടെ താഴെപ്പറയുന്ന നിർദ്ദേശങ്ങൾ സഭയിൽ പൊതുചർച്ചയ്ക്ക് ആധാരം എന്ന നിലയിൽ സമർപ്പിക്കട്ടെ.

(a) സമത്വവും സാഹോദര്യവും ഉയർത്തിപ്പിടിക്കുന്ന ക്രിസ്തീയ വിദ്യാഭ്യാസം

ജാതീയതയും അസമത്വവും സാധൂകരിക്കുന്ന ഒരു സംസ്കാരവും സാമൂഹ്യവ്യവസ്ഥിതിയുമാണ് ഭാരതത്തിൽ നിലനിൽക്കുന്നത്. തദനുസരണമുള്ള ഒരു ലോകവീക്ഷണം സാംസ്കാരികമായിത്തന്നെ സംവേദനം ചെയ്യപ്പെട്ടുകൊ ിരിക്കുന്നു എന്നത് ഒരു യാഥാർത്ഥ്യമാണ്. അതുകൊ ു തന്നെ അതിനു വിപരീതമായ ഒരു ക്രിസ്തീയ വിദ്യാഭ്യാസ പദ്ധതിക്ക് സഭ രൂപംകൊടുക്കേ തു ്. ജാതിചിന്തയെയും വിവേചനങ്ങളെയും പൂർണ്ണമായി തള്ളിപ്പറഞ്ഞുകൊ ാണ് യേശു തന്റെ പരസ്യശുശ്രൂഷ നിർവഹിച്ചത് എന്ന് അർത്ഥശങ്കക്കിടമില്ലാതവണ്ണം സംവേദനം ചെയ്യപ്പെടേ തു ്. ജാതിചിന്ത, ലിംഗ വിവേചനം മുതലായവയെല്ലാം യേശു തിരസ്കരിച്ചു എന്ന് സ േ സ്കൂൾ പാഠ്യപദ്ധതിയിലൂടെ പുതുതലമുറകൾ ഉൾക്കൊള്ളണം. സ േ സ്കൂൾ പാഠ്യ പദ്ധതിക്കു പുറമേ പള്ളി പ്രസംഗങ്ങൾ, കൺവൻഷൻ പ്രസംഗ

ങ്ങൾ, പഠനക്ലാസ്സുകൾ ഇവയിലൂടെയെല്ലാം മനുഷ്യ സമത്വവും സാഹോദര്യവും ജനങ്ങളിലേക്കു സംവേദനം ചെയ്യപ്പെടേ തു ്.

യേശുക്രിസ്തുവിന്റെ പരസ്യശുശ്രൂഷയിലെ ശക്തമായ സാമൂഹ്യ വിമർശന അംശങ്ങൾ പലപ്പോഴും തമസ്ക്കരിക്കപ്പെടുകയാണു പതിവ്. ജാതിപരമായും സാമ്പത്തികമായും മേൽത്തട്ടിൽ നിൽക്കുന്നു എന്നു കരുതപ്പെടുന്നവരുടെ ലോകവീക്ഷണത്തിലും സുവിശേഷദർശനത്തിലും ദൈവരാജ്യത്തിനു നിരക്കാത്ത അംശങ്ങൾ ഉ ന്നതും അവ തിരുത്തലിന്റെയും മാനസാന്തരത്തിന്റെയും പരിധിയിൽ വരുന്നു എന്നതുമാത്രമാണ് ശക്തീകരിക്കപ്പെടേ ത്. സമത്വം, സാഹോദര്യം ഇവയെ നിഷേധിക്കുന്ന ജാതീയത കലർന്ന ലോകവീക്ഷണം പാപകരമാണ് എന്ന ബോധ്യം പ്രായഭേദമെന്യേ സഭാമക്കൾ ഏവരും ഉൾക്കൊള്ളേ തു ്.

(b) സ്കോളർഷിപ്പ് ഫ ്

പരമ്പരാഗത കാർഷിക സമൂഹങ്ങളിൽ സ്വത്ത് എന്നാൽ കാർഷികസ്വത്ത്, ഭൂമിയുടെ ഉടമസ്ഥാവകാശം എന്നെല്ലാമാണ് അർത്ഥം. മാർത്തോമ്മാ സഭാംഗങ്ങളിൽ ദളിതർ ഉൾപ്പെടെ ഗണ്യമായ വിഭാഗം ഭൂസ്വത്തില്ലാത്തവരാണ്. ഇന്നത്തെ സാമൂഹ്യ അന്തരീക്ഷത്തിൽ അവരെയെല്ലാം ഭൂവുടമകളാക്കുക എന്നത് അപ്രായോഗികമാണ്. അതിനേക്കാൾ ഗുണകരമാകാവുന്നത് സാമ്പത്തിക പിന്നോക്കാവസ്ഥയുള്ളവർക്കും ഗുണമേൻമയുള്ള സ്കൂൾ വിദ്യാഭ്യാസവും ഉന്നത വിദ്യാഭ്യാസവും ലഭ്യമാകുവാനുള്ള സംവിധാനം സൃഷ്ടിക്കുന്നതാണ്. സഭാംഗങ്ങളിൽ സാമ്പത്തിക പരിമിതിയുള്ള ഏവർക്കും ലഭിക്കാവുന്ന ഒരു സ്കോളർഷിപ്പ് ഫ ് രൂപീകരിച്ചു നടപ്പാക്കുന്നത് അഭിലഷണീയമായിരിക്കും. ഉന്നത വിദ്യാഭ്യാസത്തിന് ഈ സംവിധാനം ഉ ായിരിക്കുമ്പോൾ തന്നെ സ്കൂൾതലത്തിൽ ഗുണമേന്മ വർദ്ധിപ്പിച്ച വിദ്യാഭ്യാസം സാമ്പത്തിക പിന്നോക്കാവസ്ഥയുള്ളവർക്കു ലഭ്യമാക്കുവാനുള്ള പദ്ധതിയും

അഭിലഷണീയമായിരിക്കും. സഭാ വക അൺ എയ്ഡഡ് സ്കൂളുകളിൽ ഒരു നിശ്ചിത ശതമാനം സീറ്റുകൾ ഫീസ് ഇളവോടുകൂടി ദളിത് വിഭാഗങ്ങൾക്കു ലഭ്യമാക്കുവാൻ ക്രമീകരണം ഉ   ാകുന്നതും നന്നായിരിക്കും. ഉന്നത വിദ്യാ ഭ്യാസത്തിനു യോഗ്യതയും താല്പര്യവുമുള്ള എല്ലാ ദളിത് വിദ്യാർ ത്ഥികൾക്കും അതു ലഭ്യമാക്കുവാൻ സഭയിൽ ഒരു സംവിധാനം ഉ   ാക്കുകയാണു വേ   ത്. ഇതിൽ കേരള ത്തിനകത്തും പുറത്തും മിഷൻ ഫീൽഡുകളിലുമുള്ള എല്ലാ വിദ്യാർത്ഥികളും ഉൾപ്പെടുകയും വേണം.

(c) ആരാധനാരൂപങ്ങളുടെ പരിഷ്കരണം

ദൈവിക രക്ഷാപദ്ധതിയുടെ അനുസ്മരണവും ആ ഘോഷവുമാണ് എല്ലാ സന്ദർഭങ്ങളിലേക്കു മുള്ള ആരാധ നാക്രമങ്ങളിലും പ്രതിഫലിക്കേ   ത്. നിലവിലുള്ള സമൂ ഹത്തിന്റെ വികലമായ ലോകവീക്ഷണം, ജീവിത തത്വ ശാസ്ത്രം, ധാർമ്മികബോധം ഇവയെല്ലാം ഒരളവിൽ നമ്മു ടെ ആരാധനാ ക്രമങ്ങളിൽ ഒളിഞ്ഞും മറഞ്ഞും കിടക്കുന്നു ്. ഇവയ്ക്കപ്പുറത്തേക്കു കടന്ന് യേശുക്രിസ്തുവിലുള്ള നിരപ്പിലേക്കും മനുഷ്യസമത്വത്തിലേക്കും മായമില്ലാത്ത മനുഷ്യത്വത്തിലേക്കും വളരുവാനുള്ള പ്രചോദനം ആരാ ധനാരൂപങ്ങളിലൂടെയും ക്രമങ്ങളിലൂടെയും നമുക്കു ലഭി ക്കണം. മാമോദീസാ, വിശുദ്ധ കുർബാന, വിശുദ്ധ വിവാ ഹം മുതലായവയിലെല്ലാമുള്ള പ്രാർത്ഥനകൾ, ഗീതങ്ങൾ, ലുത്തിനിയാകൾ ഇവയിലൂടെയെല്ലാം ഭാരതസംസ്കാര ത്തിലും സാമൂഹ്യജീവിതത്തിലും മറഞ്ഞുകിടക്കുന്ന തിന്മ രൂപങ്ങളെ അതിജീവിക്കുവാനുള്ള ആത്മീയസ്രോതസ്സ് വിശ്വാസ സമൂഹത്തിനു ലഭിക്കണം. ആ ലക്ഷ്യത്തോടു കൂടെ ആരാധനാ രൂപങ്ങൾ പരിഷ്കരിക്കുന്നതിനുള്ള നട പടികളും ആരംഭിക്കാം. ദളിത സംസ്കാരത്തിന്റെ ഭാഗമായ സംഗീതരൂപങ്ങൾ ആരാധനാക്രമങ്ങളിൽ ഉൾപ്പെടുത്തു ന്നതും ഏറ്റവും അഭിലഷണീയമായിരിക്കും. ദളിതരുടെ ആത്മീയ അനുഭവങ്ങൾ പ്രതിഫലിക്കുന്ന പ്രാർത്ഥനക ളും ലുത്തിനിയാകളും രൂപപ്പെടുന്നതും നന്നായിരിക്കും.

(d) ബഹുലതകൾക്ക് ഭരണപങ്കാളിത്തം

മാർത്തോമ്മാ സഭാ ഭരണം ഇന്നും കേരളത്തിൽ അധിവസിക്കുന്നവരുടെയും കുടിയേറ്റ പ്രദേശങ്ങളിലെ ഒന്നാം തലമുറയുടെയും കൈകളിലാണ്. കേരളത്തിനകത്തും പുറത്തുമുള്ള ദളിതർ, ഇതരഭാഷക്കാർ, കുടിയേറ്റ പ്രദേശങ്ങളിലെ പിൻതലമുറക്കാർ ഇവരെല്ലാം സഭാ ഭരണത്തിൽനിന്നും ഏറെക്കുറെ ഒഴിഞ്ഞുനിൽക്കുന്നു. അതിന്റെ അർത്ഥം സഭയുടെ നയപരമായ തീരുമാനങ്ങളിൽ ഈ വിഭാഗക്കാർക്കെല്ലാം പരിമിതമായ പങ്കാളിത്തമേ ഉള്ളൂ എന്നാണ്. ദളിതർ ഉൾപ്പെടെ ഇന്നു ഭരണപങ്കാളിത്തം മതിയായ അളവിൽ ഇല്ലാത്ത എല്ലാ വിഭാഗങ്ങൾക്കും പ്രാതിനിധ്യമു ാകത്തക്കവണ്ണം ഘടനാപരമായ മാറ്റങ്ങൾ വരേ തു ് . സഭ ഓഫീസിലും സഭ വക സ്ഥാപനങ്ങളിലും ഉദ്യോഗസ്ഥ നിയമനങ്ങളിൽ ദളിതർക്ക് വർദ്ധിച്ച പ്രാതിനിധ്യം ഉറപ്പാക്കേ തും ആവശ്യം തന്നെ. ന്യൂനപക്ഷ ശബ്ദങ്ങൾ കേൾക്കപ്പെടുവാനുതകുന്ന സാഹചര്യം സൃഷ്ടിക്കുക എന്നത് സഭയുടെ ആവശ്യമാണ്. അപ്പോൾ മാത്രമേ സഭ യേശുക്രിസ്തുവിന്റെ ശരീരം ആകുന്നുള്ളൂ.

e) കൂട്ടായ്മയുടെ പരിപോഷണം

ദളിത് ഇടവകകളും ഇതര ഇടവകകളും തമ്മിലുള്ള കൂട്ടായ്മ ബന്ധം ഇപ്പോൾ പരിമിതമാണ്. ബന്ധങ്ങൾ പരിമിതമാകുമ്പോൾ സംഘട്ടനങ്ങൾ ഒഴിവാകും എന്നാൽ സംഘട്ടനങ്ങൾ ഒഴിവായത് കൊ ് കൂട്ടായ്മ ബന്ധം ഉ ാകുന്നില്ല. സഭയുടെ ഔദ്യോഗിക സംഘടനകളുടെയെല്ലാം പ്രാദേശിക തലത്തിലും ഭദ്രാസന തലത്തിലും കേന്ദ്രതലത്തിലും ഭരണസമിതികളിൽ പ്രാതിനിധ്യം ഉറപ്പുവരുത്തേ താണ്. യുവജനസഖ്യത്തിന്റെ കലാകായിക പരിപാടികളിലെല്ലാം ദളിത് ഇടവകകൾ ഉള്ള എല്ലാ പ്രദേശങ്ങളിലും ജാതി ഭേദമെന്യേ എല്ലാവരും പങ്കെടുക്കുവാനുള്ള പ്രോത്സാഹനം നൽകേ തു ് .

സഭയിൽ ദ്വയാംഗത്വത്തിന് ഭരണഘടനാപരമായ അനുമതിയു ് . ദളിത് ഇടവകൾ ഉള്ള പ്രദേശങ്ങളിൽ

സമീപ ഇടവകകളിലെ അംഗങ്ങൾക്ക് ദളിത് ഇടവകകളിൽ ദ്വയാംഗത്വം എടുക്കുവാൻ അനുവാദം ഉ ാകുന്നത് പരിഗണനാർഹമാണ്. അതുപോലെതന്നെ ദളിത് ഇടവകാംഗങ്ങൾക്ക് സമീപ ഇടവകകളിൽ ദ്വയാംഗത്വം ഉ ാകുന്നതും പരിഗണിക്കാവുന്നതാണ്. ദ്വയാംഗത്വം എടുക്കുന്നവർക്ക് ഇടവക സംഘാംഗത്വം പാടില്ല എന്ന നിബന്ധന ഉ ായാൽ മതി. അതുപോലെതന്നെ ദളിത് ഇടവകകളിലെ നേതൃഗുണമുള്ള യുവജനങ്ങൾക്ക് നേതൃപരിശീലന സൗകര്യങ്ങൾ ക്രമീകരിക്കുന്നത് നന്നായിരിക്കും. യുവ ജന സമ്മേളനങ്ങൾ, കൺവെൻഷൻ പ്രസംഗങ്ങൾ ആദിയായവയിൽ നേതാക്കൾ എന്ന നിലയിൽ സഭയിൽ അംഗീകാരം ലഭിക്കുന്നതും ജാതീയതയെ അതിജീവിക്കുവാൻ ഉപകരിക്കും.

8. ഉപസംഹാരം

ജാതീയത സമൂഹത്തിന് ഒരു ശാപമാണ്. ശാപമുക്തിയിൽ ക്രൈസ്തവ സഭയ്ക്ക് ഒരു പങ്കു ്. മാർത്തോമ്മാ സഭയ്ക്കുള്ളിലും പൊതുസമൂഹത്തിലും ജാതീയതയെ അതിജീവിക്കുവാൻ സഭ നൽകുന്ന ഏത് സംഭാവനയും വിലപ്പെട്ടതായിരിക്കും. പ്രസക്തമായ രീതിയിൽ ചിന്താതലങ്ങളിലും സാംസ്കാരിക തലത്തിലും ഘടനാതലത്തിലും മാറ്റങ്ങൾ വരുത്തുന്നത് ദൈവരാജ്യത്തിന്റെ അടയാളം ആയിരിക്കും. ഈ ദിശയിൽ ഗണ്യമായ സംഭാവനകൾ നൽകുന്നതിനുള്ള പ്രാരംഭ നടപടികൾക്ക് ഈ ലേഖനം പ്രചോദനം നൽകുന്നു എങ്കിൽ ഞാൻ കൃതാർത്ഥനായിരിക്കും. ദൈവകൃപ നമ്മുടെ സഭയോടുകൂടെ ഉ ായിരിക്കട്ടെ എന്നു പ്രാർത്ഥിക്കുന്നു.

ഒരു ദളിത് പക്ഷ വിചാരം

സത്യൻ ഓതറ

നവീകരണാശയം മുന്നോട്ടുവെച്ചുകൊ ുള്ള ക്രൈ സ്തവ വിശ്വാസധാരക്കുള്ളിലെ ഇടപെടലുകളാണ് മാർ ത്തോമ്മാ സഭയുടെ ആവിർഭാവം തന്നെ. വേദപുസ്ത കത്തെ കാലികമായി വായിക്കുകയും, വ്യാഖ്യാനിക്കുക യും, ജീവൻ കേന്ദ്രീകൃതമായി വിശ്വാസത്തെ മനുഷ്യ സമൂ ഹത്തിലെത്തിക്കുകയും പ്രാവർത്തികമാക്കുകയും ചെയ്യു ന്നതിൽ വളരെ മുന്നോട്ടുപോയ സഭയാണ് മാർത്തോമ്മാ സഭ. അതുകൊ ാണല്ലോ നവീകരണ സഭയെന്ന് ലോക മെമ്പാടും അറിയപ്പെടുന്നത്. സാമൂഹ്യമായും, സാമ്പത്തിക മായും, ജാതിപരമായും അടിച്ചമർത്ത പ്പെട്ടിരുന്ന ദളിത് വിഭാഗങ്ങളുടെ ഇടയിൽ യേശുകർത്താവിന്റെ വീ ടു പ്പിന്റെ സുവിശേഷത്തെ അറിയിക്കുന്നത് 1888 – കളിലാണ്. നവീകരണ ദർശനം ഉൾക്കൊ വരുടെ ആത്മാർത്ഥമായ ഇടപെടലുകളാണ് ദളിത് ജനവിഭാഗത്തെ സഭയുടെ ഭാഗ മാക്കി മാറ്റിയത്. വിശ്വപ്രസിദ്ധമായ മാരാമൺ കൺവൻ ഷന് നേതൃത്വം നല്കുന്ന സുവിശേഷ പ്രസംഗസംഘം എന്ന പ്രസ്ഥാനത്തിനു തന്നെ തുടക്കം കുറിച്ചതും ഇത്തരം നവീകരണ പ്രവർത്തനങ്ങളുടെ ഭാഗമായാണല്ലോ. 1892 ൽ ഓതറയിൽ ഒരു സ്കൂൾ സ്ഥാപിച്ചു കൊ ാണ് വിപ്ലവ കരമായ സാമൂഹ്യമാറ്റത്തിന് സഭ തുടക്കം കുറിച്ചത്. ഇപ്പോൾ കേരളത്തിൽ സഭയുടെ വിശ്വാസ ആചാരപ്രകാ രം പ്രവർത്തിച്ചുവരുന്ന 124 ൽ പരം ഇടവകകൾ വിവിധ ഭദ്രാസനങ്ങളിലായി നിലനിന്നുപോരുന്നു ്. വിവിധ ഇട വകകളിൽ മെമ്പർഷിപ്പ് എടുത്ത് ആരാധിച്ചു പോരുന്ന വരും നിലവിൽ കേരളത്തിലു ്. കേരളത്തിന് പുറത്ത് തമിഴ്നാട്, കർണാടക, ആന്ധ്ര ഉൾപ്പെടെ ഉത്തരേന്ത്യ യിലെ വിവിധ സംസ്ഥാനങ്ങളിലായി നിരവധി ദളിതർ മാർത്തോമ്മാ സഭയുടെ ഭാഗമായി നിലനില്ക്കുന്നു ്. ആഗോള ക്രൈസ്തവ സഭയായ മാർത്തോമ്മാ സഭയുടെ

ജനസംഖ്യയിൽ വലിയൊരു വിഭാഗം ഈ സമൂഹത്തിലെ ജനങ്ങളാണ്.

ഭാരതത്തിന്റെ ചരിത്രം നിശ്ചലമായി നിന്നിരുന്ന ഒരു ഇരു യുഗത്തിലാണ് ഇത്തരം വിപ്ലവകരമായ ഇടപെടലുകൾ ദളിത് സമൂഹത്തിനിടയിൽ ഉ ാവുന്നത്. 1888 ൽ മണ്ഡപത്തിൽ അച്ഛനും മറ്റു 11 പേരും ഓതറ ചൂളക്കുന്നിൽ സുവിശേഷ പ്രവർത്തനത്തിന്റെ ഭാഗമായി എത്തിച്ചേർന്നപ്പോൾ അവരെ സ്വീകരിക്കാൻ, അവരെ കേൾക്കാൻ ദളിത് ജനവിഭാഗങ്ങൾ തയ്യാറായി എന്നതാണ് പ്രധാനപ്പെട്ട ഘടകം. തങ്ങളുടെ ഇടയിലേക്ക് വന്നവരെ സ്വീകരിക്കാനും ബഹുമാനിക്കാനും തീരുമാനിച്ചത് അവരുടെ സാംസ്കാരികമായ മൂലധനം തന്നെയാണ്. ദുരിതങ്ങളും, ദുരന്തങ്ങളും, കഷ്ടപ്പാടുകളും, പട്ടിണിയും, ദാരിദ്ര്യവും വേട്ടയാടുമ്പോഴും തങ്ങളിലേക്ക് വരുന്നവരെ സ്വീകരിക്കു ന്നതിന്റെ ധാർമികത ഉയർത്തിപ്പിടിച്ചവരായിരുന്നു ദളിത് ജനവിഭാഗം. അന്നന്ന് കിട്ടുന്നത് വിശപ്പടക്കാൻപോലും തികയാതെ വരുമ്പോഴും ചൂളക്കുന്നിന്റെ നെറുകയിലേക്ക് നിലാവെട്ടത്തിൽ അവർ കൂട്ടമായി എത്തുമായിരുന്നു തങ്ങളുടെ ഇടയിലേക്ക് വന്നവർ പറയുന്നത് കേൾക്കാൻ. ഈ വിശ്വാസത്തിലേക്ക് വന്നാൽ നിങ്ങളുടെ ദുരന്തവും ദുരിതവും കഷ്ടപ്പാടുകളും വേദനകളും എല്ലാം മാറും എന്ന വാക്കുകൾ അവർ കേട്ടത് ഹൃദയം കൊ ാണ്. അവർ ആ വിശ്വാസ സംഹിതയെ തങ്ങളുടെ ആത്മാവിനോട് ചേർത്തുവച്ചു. സമീപ പ്രദേശങ്ങളായ പുത്തൻകാവ്മല, എണ്ണിക്കാട്, വള്ളംകുളം തുടങ്ങിയ പ്രദേശങ്ങളിൽ നിന്നും ജനങ്ങൾ ചേർന്നുവന്നു. നിരന്തരമുള്ള ഇത്തരം ഇടപെടലുകൾ. ദളിത് ജനസമൂഹം യേശുക്രിസ്തുവുമായുള്ള രക്ഷയുടെ ആത്മബന്ധ ത്തിൽ എത്തിച്ചേർന്നു. യേശുക്രിസ്തുവിനെ അറി ഞ്ഞു മനസ്സിലാക്കിയ ദളിത് സമൂഹത്തെ സ്നാനപ്പെടുത്തി സഭയുടെ ഭാഗമാക്കുവാൻ സഭ തീരുമാനമെടുക്കുന്നു. മാർത്തോമ്മാ സഭയോട് ചേർക്കപ്പെട്ട ദളിത് സമൂഹത്തെ അവിടെ നിലനിർത്താനും അവർക്ക് ആരാധിക്കുന്നതിന് ആരാധനാലയം ഉ ാക്കുന്നതിനും അവിടെ

കൃഷി നടത്തുന്നതിനും ചിലരെ അവിടെ താമസിപ്പിക്കു ന്നതിനും ഭൂമി ആവശ്യമായി വന്നു. ചൂളക്കുന്ന് എന്ന് വിളി ക്കപ്പെടുന്ന ഈ പ്രദേശം പ ് ബ്രാഹ്മണത്ത് മോടി എന്നാണ് അറിയപ്പെട്ടിരുന്നത്. പ ് കാലത്ത് ഈ ഭൂമി ആ പ്രദേശത്ത് ഉ ായിരുന്ന ഉള്ളാട വിഭാഗത്തിന്റെ വകയാ യിരുന്നു. ഈ ഭൂമിയാണ് (ചൂളക്കുന്ന്) ദളിത് ജന വിഭാഗത്തിന് വേ ി നൽകിയത്. ഭൂമി കേന്ദ്രീകൃതമായ ഒരു ആത്മീയത കൂടിയാണ് സുവിശേഷീകരണ ത്തിന്റെ ഭാഗമായി രൂപപ്പെടുത്തിയത്. ദളിത് ജനവിഭാഗത്തിന് മാർ ത്തോമ്മാ സഭയുടെ ഭാഗമായി നിലനിൽക്കാനും വളരാനും വികസിക്കാനും അവരുടേതായ ഭൂമി അങ്ങനെയാണ് കെ ത്തിയത്. ദളിത് ഇടവകൾ സ്ഥാപിക്കപ്പെട്ട മറ്റ് എല്ലാ സ്ഥലങ്ങളിലും ഭൂമി കേന്ദ്രീകൃതമായ ഒരു ആത്മീയത രൂപപ്പെട്ടത് നമുക്ക് ദൃശ്യമാകാൻ കഴിയും.

കല്ലോരത്ത് പത്രോസ്, ചിറയിൽ മത്തായി, വലിയ പറമ്പിൽ റാഹേൽ, വലിയപറമ്പിൽ മത്തായി, പള്ളിപ്പറ മ്പിൽ ഔസേപ്പ്, പാറക്കൽ ചാക്കോ, പാറക്കൽ ഔസേപ്പ്, തു ിപ്പറമ്പിൽ യോഹന്നാൻ, പള്ളിപ്പറമ്പിൽ മർക്കോസ്, തൈപ്പറമ്പിൽ യോഹന്നാൻ, മുള്ളിപ്പാറ ഫിലിപ്പോസ്, ചേലാമോടി ചാക്കോ, പുത്തൻപുരയിൽ യോഹന്നാൻ, തച്ചമല ഏബ്രഹാം, പൂതക്കുഴി ചാക്കോ, വഞ്ചിക്കാപ്പുഴ അന്നമ്മ എന്നിവർ സ്നാനപ്പെട്ട് സഭയോട് ചേർന്ന 80 പേരിൽ ചിലരാണ്.

പത്തൊമ്പതാം നൂറ്റാ ിന്റെ അവസാനം മാർത്തോ മ്മാ സഭയുടെ ഭാഗമായി തീർന്ന ദളിത് ജനസമൂഹത്തെ ഇരുപതാം നൂറ്റാ ിന്റെ അവസാനഭാഗത്ത് മാത്രമാണ് സ്വതന്ത്ര ചുമതലയുള്ള ഇടവകകൾ ആക്കിയത്. ദളിത് സഭകൾ 1980 ൽ ഇടവകകളായി പ്രഖ്യാപിച്ചു. എന്തു കൊ ാണ് 92 വർഷക്കാലം മാർത്തോമ്മാ സഭ ഈ ജന വിഭാഗങ്ങളെ സ്വതന്ത്ര ചുമതലയുള്ള ഇടവകളാക്കി പ്രഖ്യാപിക്കാതിരുന്നത്? എത്രയോ വർഷങ്ങൾക്കു മുമ്പ് തന്നെ സാൽവേഷൻ ആർമി, സി.എസ്. ഐ, ഇതര പെന്ത ക്കോസ് സഭകളിൽ ദളിത് ക്രൈസ്തവർ അതാത് സഭക

ളുടെ നേതൃസ്ഥാനത്തേക്ക് എത്തപ്പെട്ടിരുന്നു. 1980-ൽ ഇടവകകളാക്കി പ്രഖ്യാപിക്കപ്പെട്ടതിനുശേഷം മാർത്തോമ്മാ സഭയുടെ മുഖ്യധാരയിലേക്ക് പ്രവേശിക്കുവാനുള്ള വാതായാനം തുറന്നുകിട്ടി. ഭദ്രാസന - സഭാ കൗൺസിലുകളിലേക്ക് അംഗങ്ങളായി പ്രവർത്തിക്കു വാനും, സുവിശേഷകരായും, പട്ടക്കാരായും സഭയിൽ ശുശ്രൂഷ ചെയ്യുവാനും അവസരം ലഭിക്കുകയും ചെയ്തു. ക്രിസ്ത്യൻ ഏജൻസീസ് ഫോർ റൂറൽ ഡെവലപ്മെന്റ (കാർഡ്) ന്റെ പ്രവർത്തനങ്ങൾ ഒട്ടേറെ യുവതീ യുവാക്കൾക്ക് തൊഴിൽ പരിശീലനം ലഭിക്കാൻ സഹായിച്ചു. സഭാ കോ-ഓപ്പറേറ്റീവ് മാനേജ്മെന്റുകളിലെ പ്രൈമറി - ഹൈസ്കൂൾ എന്നിവിടങ്ങളിലും, സഭാ ഓഫീസുകളിലും ഈ ജനവിഭാഗത്തിനു തൊഴിൽ ലഭ്യമാക്കിയിട്ടു ്. ഇതെല്ലാം സഭയ്ക്ക് ഈ ജനവിഭാഗത്തോടുള്ള കരുതലും സ്നേഹവുമാണ് വെളിപ്പെടുത്തുന്നത്.

നിലവിലെ സാഹചര്യം ഇങ്ങനെയാണെങ്കിലും, മാർത്തോമ്മാ സഭയിൽ ദളിത് ക്രൈസ്തവ വിഭാഗത്തിൽ ഉൾപ്പെടുന്ന ജനങ്ങളുടെ ജീവിതാവസ്ഥയെ വിശകലനം ചെയ്യുമ്പോൾ വളരെ സങ്കീർണ്ണവും വേദനാജനകവുമായ സ്ഥിതിവിശേഷമാണുള്ളത്.

കേന്ദ്ര സംസ്ഥാന ഗവൺമെന്റുകൾ അവതരിപ്പിക്കുന്ന ബഡ്ജറ്റി ലൂടെയാണ് ഓരോ ജനവിഭാഗത്തിന്റെയും സാമൂഹ്യ വളർച്ചയ്ക്കാവശ്യമായ തുക മാറ്റിവെക്കുന്നത്. ഇത് ലഭിക്കുന്നത് സംവരണത്തിന് പുറമേയാണ്. പഠനാവസരങ്ങൾ, മാന്യമായ തൊഴിൽ, സാമൂഹ്യപദവി എന്നിവയെല്ലാം അറിഞ്ഞുകൊ ുപേക്ഷിച്ചിട്ടാണ് ഞങ്ങൾ വിശ്വാസത്തെ പിൻതുടരുന്നത്. മന്ത്രിപദം, നിയമസഭാംഗത്വം, പാർലമെന്റംഗം, ജില്ലാ- ബ്ലോക്ക്-ഗ്രാമ പഞ്ചായത്തംഗം തുടങ്ങിയ പദവികൾ സംവരണത്തിലൂടെ ഞങ്ങൾക്ക് ലഭിക്കുന്നില്ല. ഇതിന് കാരണം സാമൂഹ്യവും ജാതീയവുമായ ഘടകങ്ങൾക്കൊപ്പം ദളിതർ ക്രിസ്തുമതം സ്വീകരിച്ചതുമാണ് സംവരണത്തിൽ ഉൾപ്പെടാതിരിക്കുന്നത് കൊ ് പത്താം ക്ലാസ് കഴിഞ്ഞാൽ ഞങ്ങളുടെ കുട്ടികൾക്ക് പ്ലസ്

ടു, ബിരുദ–ബിരുദാനന്തര, ഗവേഷണ കോഴ്സുകൾക്ക് യാതൊരു സംവരണവുമില്ല. എന്നാ ൽ, ഞങ്ങളുടെ ജാതിയിൽ പെട്ട ഇതര മതത്തിലെ സഹോദരങ്ങൾക്ക് ഇതെല്ലാം നേടാൻ കഴിയുന്നു ്. ഇന്ത്യൻ പ്രസിഡന്റ്, സുപ്രീം കോടതി ചീഫ് ജസ്റ്റീസ്, കേന്ദ്ര– സംസ്ഥാന മന്ത്രിമാർ, ത്രിതല പഞ്ചായത്ത് ഭരണ സമിതിയിലെ മുഴുവൻ പദവികളും ഇതര മതത്തിലെ ഞങ്ങളുടെ സഹോദരങ്ങൾക്ക് എത്തിപ്പിടിക്കുവാൻ കഴിഞ്ഞു. മാർത്തോമ്മാ സഭയിലെ ബിഷപ്പുമാരുടെ ഡ്രൈവർ തസ്തികയിൽപോലും നാളിതുവരെ ദലിത് ക്രൈസ്തവനെ പരിഗണിച്ചിട്ടില്ല എന്നത് ഞെട്ടിക്കുന്നതും, ആശങ്കയുള വാക്കുന്നതും, നീതികരിക്കുവാ നകാത്തതുമാണ്. പിറന്നുവീഴുന്ന ഞങ്ങളുടെ കുഞ്ഞുങ്ങളോട് ഇതൊന്നുമാവാൻ കഴിയില്ല എന്നു പറയേ ഗതികേടിലാണ് ഈ സമൂഹം.

8 ലക്ഷം രൂപ വരെ വാർഷിക വരുമാനവും 5 ഏക്കർ ഭൂമിയും ഉള്ള ന്യൂനപക്ഷ പദവിയിലുള്ള വിദ്യാർത്ഥികൾക്ക് സ്കൂൾ തലത്തിൽ 3000 മുതൽ 5000 രൂപ വരേയും, കോളേജ് തലങ്ങളിലും, പ്രൊഫഷണൽ – സാങ്കേതിക വിദ്യാഭ്യാസ മേഖലയിൽ 25000 വരെ സ്കോളർഷിപ്പ് ലഭിക്കുമ്പോൾ 50000 രൂപ പോലും വരുമാനമില്ലാത്ത ദലിത് ക്രിസ്ത്യൻ വിദ്യാർത്ഥികൾക്ക് 500 രൂപ മാത്രമാണ് ലംപ്സം ഗ്രാന്റായി ലഭിക്കുന്നത്.

മുന്നോക്ക വിഭാഗത്തിലെ 8 ലക്ഷം രൂപ വാർഷിക വരുമാനവും, രഭ ക്കർ സ്ഥലം വരെ സ്വന്തമായുള്ള മുന്നോക്കക്കാരെ സാമ്പത്തികമായി പിന്നോക്കക്കാരായി പരിഗണിച്ചുകൊ ് സർക്കാർ – അർദ്ധ സർക്കാർ സ്ഥാപനങ്ങളിൽ വിദ്യാഭ്യാസ, ഉദ്യോഗതലങ്ങളിൽ 10% സംവരണം നല്കുവാൻ സർക്കാർ തീരുമാനിച്ചിരിക്കുന്നു. മൂന്നു സെന്റ് ഭൂമിയും, മുപ്പതിനായിരം രൂപ വാർഷിക വരുമാനവുമുള്ള ദലിത് ക്രൈസ്തവർ സംവരണത്തിൽ നിന്ന് ഇപ്പോഴും പുറത്താണ്. ഈ പ്രതിസന്ധി ഘട്ടത്തെ മറികടക്കണമെങ്കിൽ, ദലിത് ക്രൈസ്തവർ നടത്തി വരുന്ന ഭരണഘടനയിൽ അധിഷ്ഠിതമായ നീതിയ്ക്കും നിലനില്പിനു

മായുള്ള സംവരണവിഷയത്തിൽ സഭ ശക്തമായി ഒപ്പം നില്കേ തു ്.

മാർത്തോമ്മാ സഭയിലെ ദലിത് ക്രൈസ്തവരുടെ ഉന്നമനം ലക്ഷ്യം വെച്ചുകൊ ുള്ള അർഹവും ന്യായവുമായ ആവശ്യങ്ങൾ സഭ പരിഗണിച്ച് നടപ്പിൽ വരുത്തണം.

ഇന്ത്യയിലെ ക്രൈസ്തവരെ കേന്ദ്ര-സംസ്ഥാന സർക്കാരുകൾ വിവക്ഷിച്ചിരിക്കുന്നത് ഏകമാനമായി അല്ല.

1) മുന്നോക്ക ക്രിസ്ത്യാനികൾ 2) പിന്നോക്ക ക്രിസ്ത്യാനികൾ 3) പരിവർത്തിത ക്രിസ്ത്യാനികൾ എന്നിങ്ങനെ മൂന്ന് രീതിയിൽ തന്നെയാണ്. ഈ യാഥാർത്ഥ്യത്തെ മനസ്സിലാക്കുകയും ഉൾക്കൊള്ളുകയും അംഗീകരിക്കുകയും ചെയ്യേ താണ് സഭകൾ. വിവാഹം ഉൾപ്പെടെയുള്ള എല്ലാ വ്യവഹാരങ്ങളും നടക്കുന്നത് ജാതിക്കുള്ളിൽ തന്നെയാണ്. ഇവിടെ ജാതി സൂക്ഷ്മമായി പരിശോധിക്കുകയും അത് നടപ്പിൽ വരുത്തുകയും ചെയ്യുന്നു. എന്നാൽ അധികാരങ്ങളും വിഭവങ്ങളും പങ്കുവെക്ക ഇടങ്ങളിൽ നമ്മൾ ഒന്നാണെന്നും നമ്മുടെ ഇടയിൽ ജാതീയത ഇല്ലെ ന്നും ഇതേ കൂട്ടർ തന്നെ വാദിക്കുന്നു. ക്രൈസ്തവ എക്യുമെനിക്കൽ മേഖലയിൽ പ്രവർത്തിക്കുന്നവർ വരെ ദളിത് ക്രൈസ്തവർക്ക് പ്രാതിനിധ്യം ലഭിക്കേ ഇടങ്ങളിൽ നിന്ന് അവരെ ഒഴിവാക്കുന്നതിനു വേ ി ശ്രമിക്കുന്നു എന്നും പരാതി ഉ ്.

ഓതറ ചുളക്കുന്നിൽ മാർത്തോമ്മാ സഭയിലെ ദളിതരുടെ പൂർവികരെ അടക്കം ചെയ്ത മണ്ണിലാണ് ഏ.എം.എം. ഹൈസ്കൂൾ സ്ഥാപിതമായത്. തങ്ങളുടെ പൂർവികർ അന്ത്യവിശ്രമം കൊള്ളുന്ന മണ്ണ് സ്കൂളിനു വേ ി വിട്ടുകൊടുത്ത മഹാമനസ്കതയുള്ള മനുഷ്യർക്ക് സ്കൂളിൽ ഒരു താഴ്ന്ന ജോലി പോലും ലഭിക്കുന്നില്ല. കബളിപ്പിക്കുകയായിരുന്നു. അടുത്തുള്ള പള്ളിയുടെ ശവക്കോട്ട ചേർന്നുള്ള പുറംപോക്കുകളിൽ തന്നെയായിരുന്നു ഈ വിഭാഗം ജനങ്ങളുടെ ശവസംസ്കാരം നടന്നിരുന്നത്. 1993 ജൂൺ മാസം 21-ാം തീയതി മരണമടഞ്ഞ മറിയാമ്മ എന്ന ദളിത

മ്മച്ചിയുടെ ശവസംസ്കാരവുമായി ബന്ധപ്പെട്ട് വലിയ വിവാദം ഉ ായി. മാർത്തോമ്മാ മെത്രാപ്പോലീത്തയായിരുന്ന അലക്സാ ർ തിരുമേനി വിഷയത്തിൽ ഇടപെട്ട് പ്രശ്നം പരിഹരിക്കാൻ ശ്രമിച്ചു.

കേരളത്തിൽ നിലനിന്നിരുന്ന ശ്രേണിബദ്ധമായ ജാതിവ്യവസ്ഥയെ ഇപ്പോഴും പിന്തുടർന്നവരാണ് കേരളത്തിലെ ക്രൈസ്തവർ എന്നുള്ളത് ഒരു യാഥാർത്ഥ്യം തന്നെയാണ്. ചാതുർവർണ്യ വ്യവസ്ഥ പുറന്തള്ളാത്തവർ തന്നെയാണ് കേരളത്തിലെ ക്രിസ്ത്യാനികൾ. മാർത്തോമ്മാ സഭ ഉൾപ്പെടെ എല്ലാ മുന്നോക്ക ക്രൈസ്തവരും അവരുടെ പാരമ്പര്യം ബ്രാഹ്മണ്യത്തിൽ എത്തിക്കുന്ന കുടുംബ യോഗങ്ങൾ നടത്താറു ്. ജാതി വിവേചനങ്ങൾ ഉച്ച നീചത്വങ്ങൾ ഇപ്പോഴും സൂക്ഷിക്കേ ത് ആണെന്നു ള്ള ബോധ്യം അവരിൽ രൂപപ്പെടുത്തുന്നത് ഈ കൂട്ടായ്മകളിൽ നിന്നുതന്നെയാണ്.

വൈവിധ്യങ്ങളെ പരസ്പരം ചേർത്തുനിർത്തുന്ന ബഹുസ്വരതയുടെ ആത്മികത നമ്മുടെ ഇടയിൽ രൂപപ്പെടേ തു ്.

ക്രൂശിത രൂപത്തിന്റെ നിസ്തുലമായ സ്നേഹത്തിന്റെ വിളനിലമാകേ തു ് നമ്മുടെ മനസ്സുകൾ. 1888 ൽ മണ്ഡപത്തിൽ അച്ചൻ ഉൾപ്പെടെയുള്ളവർ തെളിയിച്ച ദീപത്തിന്റെ പ്രകാശം വർത്തമാന കാലത്ത് മാർത്തോമ്മാ സഭയിൽ കൂടുതൽ ഒളി വീശേ തു ്.

ചില കാര്യങ്ങൾ കൂടെ സഭാ നേതൃത്വത്തിന്റെ ശ്രദ്ധയിൽപ്പെടുത്താൻ ആഗ്രഹിക്കുന്നു.

1. മാർത്തോമ്മാ സഭയിലെ ദലിത് ക്രൈസ്തവർക്ക് എല്ലാ മേഖലകളിലും സംവരണം സഭാ ഭരണഘടനയിൽ ഉൾപ്പെടുത്തി ഉറപ്പു വരുത്തണം.

2. സഭയുടെ വിദ്യാഭ്യാസ സ്ഥാപനങ്ങളുടെ മാനേജ്മെന്റ് കമ്മ്യൂണിറ്റി സീറ്റുകളിലെ +2, ഡിഗ്രി, പി. ജി, നേഴ്സിംഗ്,

ബി. എഡ്, റ്റി.റ്റി.സി കോഴ്സുകളിൽ ദലിത് വിഭാഗത്തിന് സംവരണം നടപ്പിൽ വരുത്തണം.

3. മാർത്തോമ്മാ സഭയുടെ ഓഫീസുകളിലും എല്ലാ സംഘടനാ ഓഫീസുകൾ, എം. ടി. & ഇ. എ കോർപറേറ്റിൽപെട്ട എല്ലാ എയിഡഡ് സ്കൂളുകൾ ഉൾപ്പെടെ എല്ലാ സ്ഥാപനങ്ങളിലും, തസ്തികകളിലും സംവരണം നടപ്പിലാക്കണം.

4. സഭയുടെ ഉടമസ്ഥതയിലുള്ള സ്വാശ്രയ വിദ്യാഭ്യാസ സ്ഥാപനങ്ങളിൽ സഭയിലെ ദലിത് ക്രൈസ്തവ വിദ്യാർത്ഥികൾക്ക് നിശ്ചിത സീറ്റുകളിൽ ഫീസിളവോടുകൂടിയ പഠനാവസരം ലഭ്യമാക്കണം.

5. സ്വാശ്രയ സ്ഥാപനങ്ങളിലെ ഉദ്യോഗങ്ങളിൽ ആനുപാതിക പങ്കാളിത്തം നടപ്പിലാക്കണം.

6. സുവിശേഷ പ്രസംഗസംഘം ഉൾപ്പെടെയുള്ള എല്ലാ സംഘടനകളിലും ഭരണ പങ്കാളിത്തം ഉറപ്പുവരുത്തണം.

7. പട്ടക്കാർക്കും സ്ത്രീകൾക്കും എല്ലാ ഭദ്രാസനങ്ങളിൽ നിന്നും സഭാ കൗൺസിലിലേക്ക് തെരെഞ്ഞെടുക്കപ്പെടുവാൻ സംവരണമുള്ള പോലെ ദലിത് ജനവിഭാഗത്തിനും ഭദ്രാസന തലത്തിൽ സഭാ കൗൺസിലിലേക്ക് തെരെഞ്ഞെടുക്കപ്പെടുവാൻ സംവരണം ഉറപ്പുവരുത്തണം.

സഭാ കൗൺസിലിൽ ദലിത് ഇടവകകൾക്ക് ന്യായമായ പ്രാതിനിധ്യം ഉറപ്പു വരുത്തണം.

8. സഭയിലെ ദലിതരുടെ ജീവിതാവസ്ഥയക്ക് മാറ്റം വരുത്തുവാനും ആകമാനവളർച്ചയ്ക്കും വേ ി സഭയുടെ ബഡ്ജറ്റിൽ, ദലിത് വിഭാഗത്തിനായി ആകെത്തുകയുടെ നിശ്ചിത ശതമാനം നീക്കിവെയ്ക്കണം.

9. അടുത്ത പത്തു വർഷത്തേക്ക് ദലിത് ക്രൈസ്തവർക്കു വേ ിയുള്ള പാക്കേജുകൾ പ്രഖ്യാപിച്ച് ബഡ്ജറ്റിൽ ഉൾപ്പെടുത്തി നടപ്പിലാക്കണം.

11. ബി. സി. ഡി. സി, മുഴുവൻ ദലിത് ഇടവക ജനങ്ങളുടെ പുരോഗതിക്കായി പ്രവർത്തിക്കുന്ന സംഘടനയാണ്. ബി. സി.ഡി.സിയുടെ പ്രവർത്തനം കാര്യക്ഷമമാക്കുന്നതിനു വേ ി ദലിത് ഇടവകയിലെ ജനങ്ങളെ ഉൾപ്പെടുത്തി പ്രത്യേക ഭരണസമിതി രൂപീകരിക്കണം.

12. ബി. ഡി. പഠനത്തിന് സംവരണം ഏർപ്പെടുത്തി എല്ലാ വർഷവും ദലിത് വിഭാഗത്തിൽ നിന്ന് നിശ്ചിത ശതമാനം വിദ്യാർത്ഥികളെ തെരഞ്ഞെടുക്കണം.

13. സഭ ഒരു ഞായറാഴ്ച്ച ദലിത് ഇടവകകൾക്കു വേ ി യുള്ള പ്രത്യേക ഞായറാഴ്ച്ചയായി മാറ്റി വെയ്ക്കണം, ആ ഞായറാഴ്ച്ചയിലെ സ്തോത്ര കാഴ്ച ദലിത് ഇടവകകളുടെ വികസന പ്രവർത്തനങ്ങൾക്കായി നീക്കി വെക്കണം.

ഇന്ത്യൻ സാഹചര്യത്തിൽ ജാതി എന്നത് ഒരു യാഥാർത്ഥ്യമാണ്. ആർക്കുവേണമെങ്കിലും ഉപരിപ്ലവമായി അതു നിഷേധിക്കാം. സഭയിലും ഈ സാഹചര്യം ശക്ത മായി നിലനില്ക്കുന്നു ്. സ്വാതന്ത്ര്യം നേടി ഏഴുപതിറ്റാ ് കഴിഞ്ഞിട്ടും ജാതി സംവരണം ഇന്ത്യയിൽ നിലനില് ക്കുന്നത്, ജാതീയമായും, സാമൂഹ്യമായും, സാമ്പത്തിക മായും ഈ ജനത ഇപ്പോഴും പിന്നോക്കാവസ്ഥ അതിജീവി ച്ചിട്ടില്ല എന്നതിനാലാണ്. ക്രൈസ്തവ വിശ്വാസികളായി എന്ന കാരണത്താൽ ഈ സാഹചര്യത്തിനൊരു മാറ്റവും സംഭവിച്ചിട്ടില്ല. അതുകൊ ് സഭയിലും സമൂഹത്തിലും സംവരണം ആവശ്യമാണ്, അവകാശവുമാണ്. അങ്ങനെ ദലിത് സമൂഹത്തെ കുറെക്കൂടി ചേർത്തു പിടിക്കുവാൻ മാർത്തോമ്മാ സഭയ്ക്ക് കഴിയട്ടെ.

ഇടവക ഒരു സാക്ഷ്യ സമൂഹം

റെനി കെ. ജേക്കബ്

അവഗണിക്കപ്പെടുന്നവരും പ്രാന്തസ്ഥിതമായ ആളുകൾ ഉൾപ്പെട്ട സമൂഹത്തിൽ സഭയുടേയും ഇടവകകളുടേയും സാക്ഷ്യം എന്ത് എന്നത് പുനർവിചിന്തനം ചെയ്യേ ത് ആവശ്യമാണ്. എങ്ങനെ ഇടവകകൾക്ക് ഒരു സാക്ഷ്യ സമൂഹമായി മാറാം, ചുറ്റുവട്ടത്തുള്ളവർക്ക് ഒരു നല്ല അയൽക്കാരനായി മാറാം എന്നതാണ് ഈ ലേഖനത്തിന്റെ മുഖ്യവിഷയം. നമ്മുടെ ഇടവക നിലനിൽക്കുന്നതുകൊ ് സമീപത്തുള്ള ജനങ്ങൾക്ക് എന്തു പ്രയോജനം? അഥവാ നമ്മുടെ ഇടവക ഈ പ്രദേശത്ത് ഇല്ലായിരുന്നു എങ്കിൽ ചുറ്റുപാടുമുള്ളവർക്ക് എന്തു നഷ്ടമാണ് ഉ ാകുമായിരുന്നത്?

സഭയുടെ ദൗത്യം (The mission of the Church) എന്ത് എന്നാണ് നാം സാധാരണ ചർച്ച ചെയ്യുന്നത്. എന്നാൽ ദൗത്യം എന്ന പദം ഇന്ന് പൊതുവെ എല്ലാ മേഖലകളിലും ഉപയോഗിക്കുന്നു. ദൗത്യത്തിൽ നാം നേരിട്ട് പങ്കാളികളാവുന്നതുപോലെ തന്നെ മറ്റൊരാൾക്ക് അത് നമുക്കുവേ ി ചെയ്യാനും കഴിയും. എന്നാൽ സാക്ഷ്യം എന്നത് സ്വന്തം ജീവിതത്തിലൂടെ വെളിപ്പെടുത്തേ താണ്. 'മാർടൂറിയ' എന്ന ഗ്രീക്ക് വാക്കിൽ നിന്നാണ് സാക്ഷ്യം എന്ന പദം ഉ ായിരിക്കുന്നത്. ഇത് രക്തസാക്ഷി (Martyr) എന്ന പദത്തോട് ബന്ധപ്പെട്ടതാണ്. ക്രിസ്തുവിന്റെ സാക്ഷിയാവുക എന്നാൽ നഷ്ടസാധ്യതയുള്ള ജീവിതശൈലി സ്വീകരിക്കുക എന്നാണ് അർത്ഥം.

അമേരിക്കയിൽ വെള്ളക്കാരനായ ഒരു പോലീസ് ഉദ്യോഗസ്ഥൻ, ജോർജ് ഫ്ളോയിഡിന്റെ കഴുത്തിൽ കാൽമുട്ട് അമർത്തി അവന്റെ ജീവനെടുക്കുമ്പോൾ പറഞ്ഞ വാചകം "എനിക്ക് ശ്വാസം മുട്ടുന്നു" എന്നത് ഇന്ന് ലോകം ഏറ്റെടുത്തിരിക്കുന്നു. എനിക്ക് ശ്വാസം മുട്ടുന്നു എന്നു പറയുന്ന മുഖ്യധാരയിൽ നിന്ന് പുറംതള്ളപ്പെടുന്ന ജനങ്ങൾ നമ്മുടെ ഇടവകകളിലും ചുറ്റുപാടുകളിലുമു ്. യുവജനങ്ങൾ, കുട്ടികൾ, സ്ത്രീകൾ, അവിവാഹിതർ, വയോധികർ, ഭിന്നശേഷി

ക്കാർ, സാമൂഹ്യമായ അടിമത്വത്തിൽ ജീവിക്കുന്നവർ ഇവരെല്ലാം പ്രാദേശിക ഇടവകകളുടെ പരിപാലനം നിരന്തരം ലഭിക്കേ വരാണ്.

ദൈവം നീതിയുള്ളവനാണ്. ''യഹോവ ന്യായത്തിന്റെ ദൈവമല്ലൊ'' (യെശ.30:18). ദൈവത്തിന്റെ സ്വരൂപത്തിലും സാദൃശ്യത്തിലും സൃഷ്ടിക്കപ്പെട്ടിരിക്കുന്ന നാം നീതിബോധമുള്ളവനും നീതി പ്രവർത്തിക്കുന്നവരുമായിരിക്കണം. ദൈവത്തിന്റെ സ്വരൂപത്തിൽ സൃഷ്ടിക്കപ്പെട്ടിരിക്കുന്ന നാം അവന്റെ സാദൃശ്യത്തിലേക്ക് ദിനംതോറും വളരേ താണ്. എന്താണ് ദൈവം നമ്മെക്കുറിച്ച് ആഗ്രഹിക്കുന്നത് എന്ന് മീഖാ പ്രവാചകൻ (6:8) സൂചിപ്പിക്കുന്നു. ''മനുഷ്യാ നല്ലത് എന്ത് എന്ന് അവൻ നിനക്ക് കാണിച്ചു തന്നിരിക്കുന്നു. ന്യായം പ്രവർത്തിപ്പാനും ദയാതല്പരനായിരിക്കാനും നിന്റെ ദൈവത്തിന്റെ സന്നിധിയിൽ താഴ്മയോടെ നടപ്പാനുമല്ലാതെ എന്താകുന്നു അവൻ നിന്നോടു ചോദിക്കുന്നത്''. സാക്ഷ്യത്തിന്റെ ര ു സൂചകങ്ങളായി ഉപ്പും വെളിച്ചവുമാണ് ക്രിസ്തു ഉപയോഗിച്ചത്. നമ്മെ ഭൂമിയുടെ ഉപ്പായും ലോകത്തിന്റെ വെളിച്ചമായും ഉപമിക്കുമ്പോൾ ലോകത്തെ രൂപാന്തരപ്പെടുത്താനുള്ള വലിയ ഉത്തരവാദിത്വമാണ് ഏല്പിക്കുന്നത്. യേശു പറഞ്ഞു ''അങ്ങനെ മനുഷ്യൻ നിങ്ങളുടെ നല്ല പ്രവർത്തികളെ ക ിട്ട് സ്വർഗസ്ഥനായ പിതാവിനെ മഹത്വപ്പെടുത്തേ തിന് നിങ്ങളുടെ വെളിച്ചം അവരുടെ മുമ്പിൽ പ്രകാശിക്കട്ടെ'' (മത്താ. 5:16). ലോകത്തിന്റെ വെളിച്ചമായിരിക്കാനാണ് കർത്താവ് നമ്മോട് ആവശ്യപ്പെടുന്നത്.

നമ്മുടെ വിവാഹ ശുശ്രൂഷ ക്രമത്തിൽ ര ു പ്രാവശ്യം നീതിയുള്ള മക്കൾ എന്ന പരാമർശം ഉ ്. 'ദൈവം നിങ്ങൾക്ക് നീതിയുള്ള മക്കളെ നൽകട്ടെ' എന്നും അവസാനത്തെ പ്രബോധനത്തിൽ 'ദൈവം നിങ്ങൾക്ക് മക്കളെ നൽകുമ്പോൾ അവരെ ദൈവഭക്തിയിലും നീതി ബോധത്തിലും സഭാസ്നേഹത്തിലും വളർത്തണം' എന്നത് എത്ര അർത്ഥവത്തായ പ്രാർഥനയാണ്.

ദൈവം ആദാമിനോട് ചോദിച്ച അടിസ്ഥാന ചോദ്യം ''ആദമെ നീ എവിടെ'' എന്നായിരുന്നു. പിന്നെ നിന്റെ സഹോദരൻ എവിടെ എന്നും. ഇതുര ും ഒരു പ്രധാന ചോദ്യത്തി

ന്റെ ര ു ഭാഗങ്ങളാണ്. നീ എവിടെയെന്നത് ദൈവവുമായുള്ള ബന്ധത്തിന്റെ വ്യക്തിപരമായ വിശ്വാസ പ്രഖ്യാപനമാണെങ്കിൽ (Personal faith declaration) സഹോദരനെവിടെ എന്നത് ഇതേ ബന്ധത്തിന്റെ പ്രത്യക്ഷമായ അടയാളവും പ്രഖ്യാപനവുമാണ് (Public declartion of the personal faith). നിത്യജീവൻ അവകാശമാക്കുവാൻ എന്തു ചെയ്യണം എന്ന ചോദ്യവുമായി വന്ന ന്യായശാസ്ത്രിയോടു ദൈവത്തെ സ്നേഹിക്കുകയും മനുഷ്യനെ സ്നേഹിക്കുകയും ചെയ്യുക എന്നത് തുല്യ പ്രാധാന്യത്തോടെ കാണണമെന്ന് യേശു പഠിപ്പിക്കുന്നു. നിത്യജീവൻ അവകാശമാക്കുക എന്നത് ഒരു മനുഷ്യന്റെ ഏറ്റവും വലിയ ആത്മീക ലക്ഷ്യമാണ് എങ്കിൽ സഹോദരനെ സ്നേഹിക്കുക എന്നതും ആത്മീക പ്രവർത്തിയായി നാം മനസ്സിലാക്കണം. അദ്ധ്യാത്മിക ചോദ്യത്തിന് ഉത്തരവും ആദ്ധ്യാത്മികമായിരിക്കണമല്ലോ.

പ്രായോഗിക നിർദ്ദേശങ്ങൾ

1. ദർശനരേഖ (Vision statement)

ഓരോ ഇടവകയും വരുന്ന 5 വർഷത്തേക്ക് ഊന്നൽ കൊടുക്കാനാഗ്രഹിക്കുന്ന കാര്യങ്ങൾ സംഗ്രഹിച്ച് ഒരു ദർശന രേഖ ഉ ാക്കുന്നത് നല്ലതാണ്. ഇടവകയുടെ സ്വപ്നങ്ങളും ആഗ്രഹങ്ങളുമാണ് ഇതിൽ പ്രതിഫലിക്കേ ത്.

2. പ്രവർത്തന വിലയിരുത്തൽ (Mission audit)

നാം ഏറ്റെടുക്കുന്ന പ്രവർത്തനങ്ങൾ എങ്ങനെ നടക്കുന്നു. എന്തുമാറ്റങ്ങളാണ് ലക്ഷ്യ പ്രാപ്തിക്കായി വരുത്തേ ത് എന്നിങ്ങനെയുള്ള ചർച്ചകളും പഠനങ്ങളും നടക്കേ തു ്. ഇടവകയുടെ പൊതുവായ പ്രവർത്തനങ്ങളും ഓരോ സംഘടനയുടെ പ്രവർത്തനങ്ങളും ഇപ്രകാരം വിലയിരുത്തപ്പെടേ താണ്. നന്നായി നടക്കുന്ന പ്രവർത്തനങ്ങൾ, അത്ര നന്നായി നടക്കാത്ത പ്രവർത്തനങ്ങൾ, വെല്ലുവിളികളും തടസ്സങ്ങളും, ഭാവിപ്രവർത്തന സാധ്യതകൾ എന്നിങ്ങനെ നാലായി തരംതിരിച്ച് പഠനം നടത്തി പ്രവർത്തനങ്ങൾ ശക്തിപ്പെടുത്താവുന്നതാണ്.

3. ഇടവക സാധ്യതാ അവലോകനം (Parish Resource Mapping)

നിലനിൽക്കുന്നതും (sustainable) നീതിപൂർവ്വവുമായ (equitable) വകസനം ലാക്കാക്കി സമൂഹത്തിലെ പ്രാന്ത സ്ഥി തരുടെ (marginalised) സമഗ്രമായ വളർച്ചയ്ക്കും പുരോഗതി ക്കുമായി ഇടവക ജനങ്ങളെ സജ്ജമാക്കാനായി ഇടവക സാധ്യതാ അവലോകനം നടത്തുന്നത് നല്ലതാണ്.

ഇടവകയിൽ ഇപ്പോൾ ജോലി ചെയ്യുന്നവരും ജോലി യിൽ നിന്ന് വിരമിച്ചവരുമായി വ്യത്യസ്ത വിഷയങ്ങളിൽ പ്രാവീണ്യം ഉള്ളവരുടെ ഒരു നിര തന്നെ ഉ ാവും. ആ കൂട്ട ത്തിൽ അദ്ധ്യാപകർ, ഡോക്ടർമാർ, നേഴ്സുമാർ ഉൾപ്പെടെ മെഡിക്കൽ ഫീൽഡിൽ ഉള്ളവർ, സാമൂഹ്യ പ്രവർത്തനത്തി ലും കൗൺസിലിംഗിലും പരിചയം ഉള്ളവർ, മറ്റുള്ളവരെ കരു തുകയും പരിചരിക്കയും ചെയ്യാൻ കഴിവും സന്നദ്ധതയുമുള്ള വർ ഇങ്ങനെ പലവിധത്തിൽ നൈപുണ്യമുള്ളവർ ഉ ാവും. അവരെ തരംതിരിച്ച് മനസ്സിലാക്കുകയാണ് ആദ്യം ചെയ്യേ ത്. ഇടവകയിലും ചുറ്റുപാടുമുള്ള ആളുകളുടെ പ്രശ്നങ്ങൾ വിഷമങ്ങൾ എന്നിവ അവരുടെ പ്രായവുമായി ബന്ധപ്പെടു ത്തി പഠിക്കാൻ ശ്രമിക്കയാണ് തുടർന്ന് ചെയ്യേ ത്. അറു പതു വയസ്സിനുമേൽ പ്രായമുള്ളവർ, തനിയെ താമസിക്കുന്ന വർ, രോഗികൾ, ശയ്യാവലംബികൾ, തൊഴിലില്ലാത്തവർ, പുതുതായി വിവാഹം കഴിച്ചവർ, കുട്ടികൾ ഇങ്ങനെ പലതട്ടി ലായ ആളുകളെയും അവരുടെ പ്രശ്നങ്ങളും മനസ്സിലാക്കാം. ഇടവകയിൽ പ്രാവീണ്യമുള്ളവരുടെ കഴിവുകൾ വളർത്തു കയും അവരെ ഇത്തരത്തിൽ മനസ്സിലാക്കിയ പ്രശ്നങ്ങൾ പരിഹരിക്കുന്നതിനായി ഉപയോഗിക്കുകയും ചെയ്യാം. മുതി ർന്ന പൗരന്മാർക്കുവേ ിയുള്ള പാലിയേറ്റീവ് കെയർ ഉൾ പ്പെടെ യുള്ള പരിപാലനവും കരുതലും, കുട്ടികൾക്കുവേ ി യുള്ള പഠന സഹായ പരിപാടികൾ (Remedial Education programs) സ്വഭാവ രൂപീകരണ പരിപാടികൾ (Value education programs and mentoring) എന്നിങ്ങനെ സാഹചര്യ ത്തിന് അനുയോജ്യമായ പരിപാടികൾ ആസൂത്രണം ചെയ്യാ വുന്നതാണ്.

ഒരു ഇടവക എങ്ങനെയാണ് ഭൂമിയുടെ ഉപ്പും ലോകത്തിന്റെ വെളിച്ചവും ആകുന്നത്?

സ്വീകരിക്കാവുന്ന ക്രമാനുഗതമായ പ്രവർത്തനങ്ങൾ ചുവടെ ചേർക്കുന്നു.

പൊതുവായ ലക്ഷ്യം

ഇടവക/അയൽപക്ക കൂട്ടങ്ങൾ/സമൂഹം നല്ല മാതൃകയുള്ള സാക്ഷ്യ സമൂഹങ്ങൾ ആയി രൂപാന്തരപ്പെടുന്നു.

1.0 പങ്ക് വയ്ക്കലും കരുതലും

1.1 ഇടവകയിലെ സാധ്യതകളും ആവശ്യങ്ങളും വിലയിരുത്തി പദ്ധതികൾ തയ്യാറാക്കുക. വൈദ്യ മേഖലകളിൽ ജോലി ചെയ്യുന്ന ഡോക്ടർമാർ, നേഴ്സ്മാർ, അനുബന്ധ പ്രവർത്തകർ, അധ്യാപകർ, IT മേഖലയിൽ പ്രവർത്തിക്കുന്നവർ, കൃഷിക്കാർ മുതലായവർ. ഇത്തരത്തിൽ ലിസ്റ്റ് തയ്യാറാക്കി അവരുടെ കഴിവുകൾ പ്രയോജനപ്പെടുത്തി പ്രവർത്തനങ്ങൾ ആവിഷ്കരിക്കുക.

1.2 കരുതൽ കൂട്ടം/ സന്നദ്ധസേന രൂപികരിച്ചു വിഷമഘട്ടങ്ങൾ അഭിമുഖീകരിക്കുന്നവരെ ചേർത്ത് പിടിക്കുക. കിടപ്പ് രോഗികൾ തനിയെ താമസിക്കുന്നവർ, രോഗികൾ, കുടുംബ പ്രശ്നങ്ങൾ ഇവ നേരിടുന്നവർക്ക് പാലിയേറ്റീവ് കെയർ, കൗൺസിലിംഗ് സഹായം മുതലായവ നൽകുക.

1.3 മുതിർന്ന പൗരന്മാർക്ക് വേ ി പ്രത്യേക പരിചരണം ലഭിക്കുന്ന വീടുകൾ (assisted homes), പകൽ വീടുകൾ, അവരെ ബിൽ അടക്കുന്നതിനും സാധങ്ങൾ വാങ്ങുന്നതിനും ആസ്പത്രിയിൽ കൂട്ടൂ പോവുന്നതീനും കൂട്ടിരിക്കുന്നതിനും സഹായിക്കുന്ന സന്നദ്ധ സംഘങ്ങൾ,

സമയ ബാങ്കുകൾ (Time Banks) ഇവ നടപ്പിലാക്കുക. ഠശാല ആമിസ എന്നാൽ കൂട്ടിരിക്കുന്ന സന്നദ്ധ പ്രവർത്തകർ നൽകുന്ന സമയത്തിന് കണക്ക് സൂക്ഷിക്കുകയും വേ അംഗീകാരം നൽകുകയും ചെയ്യുക. അവർക്ക് ആവശ്യം വരുമ്പോൾ തിരിച്ചു സഹായിക്കാൻ കഴിയുന്ന പ്രവർത്തകർ ഉ ാവുക.

1.4 ദത്തെടുക്കുക/സ്പോൺസർ ചെയ്യുക. കുട്ടികൾ, അവരുടെ വിദ്യാഭ്യാസം, ഗവൺമെന്റ് സ്കൂളുകൾ, ബാലവാടികൾ, ലൈബ്രറികൾ, പാർക്കുകൾ ഇവയെ ഇങ്ങനെ സപ്പോർട്ട് ചെയ്യാൻ കഴിയും.

1.5 ഗവൺമെന്റ്, സന്നദ്ധ സംഘടനകൾ എന്നിവയുമായി സഹകരിച്ച് അതിഥി തൊഴിലാളികളുടെ ക്ഷേമം ഉറപ്പാക്കുക.

1.6.ഗവൺമെന്റ് പദ്ധതികളുമായി സഹകരിക്കുക. പഞ്ചായത്തുകൾ, ഗ്രാമസഭകകൾ, കുടുംബശ്രീകൾ, തുടങ്ങിയവ ശക്തി പ്പെടുത്തുക.

2.0 പ്രകൃതി സംരക്ഷണം

2.1 പ്രകൃതി സംരക്ഷണത്തിനും കാർബൺ എമിഷൻ കുറക്കുന്നതിനും കേരള കൗൺസിൽ ഓഫ് ചർച്ച് ഉൾപ്പെടെയുള്ള സംഘടനകളുടെ എക്കോളജികൽ കമ്മീഷനുകകളിൽ സജീവമാക്കുക.

2.2 ഹരിത സഭ/ഇടവക. പരിസ്ഥിതി സുവിശേഷം പ്രചരിപ്പിക്കുക, പ്രകൃതി വിഭവങ്ങളുടെ നല്ല കാര്യ വിചാരകരാവുക, ഹരിത ഇടവകകൾ പ്രാവർത്തികമാക്കുക.

2.3 മിതമായ ഇന്ധന ഉപയോഗം, നദീതടങ്ങളും കുളങ്ങൾ ഉൾപ്പെടെയുള്ള ജല സ്രോതസ്സ് കളുടെ പരിപാലനം, പ്രകൃതി സൗഹൃദ നിർമ്മാണങ്ങൾ, പ്ലാസ്റ്റിക് ഉൾപ്പെടെയുള്ള മാലിന്യങ്ങളുടെ നിർമ്മാർജനം, മറ്റു ശുചീകരണ പ്രവർത്തനങ്ങൾ എന്നിവ ക്രമമായി നടപ്പിലാക്കുക.

3.0 അനുരഞ്ജനവും സമാധാനവും

3.1 സഭാ ഐക്യത്തിനും മത സൗഹാർദ്ദത്തിനുമുള്ള വേദികൾ സജീവമാക്കുക.

3.2 ബന്ധങ്ങൾ സജീവമാക്കുക. തകരുന്ന ബന്ധങ്ങൾ തിരിച്ചറിയുകയും അയൽപക്കങ്ങൾ, വ്യത്യസ്ത മത സാമൂഹ്യ ശ്രേണിയിലുള്ളവർ ഒക്കെ തമ്മിൽ ഉള്ള സ്നേഹബന്ധങ്ങൾ ഊട്ടി ഉറപ്പിക്കുക.

4.0 നീതിയും മനുഷ്യാവകാശങ്ങളും

4.1 ജാഗ്രതാ സമിതികൾ രൂപീകരിച്ച് പ്രവർത്തനം സജ്ജീവമാക്കുക

4.2 നിയമ ബോധന ക്ലാസ്സുകൾ. സ്ത്രീകൾക്കും കുട്ടികൾക്കും മുതിർന്ന പൗരന്മാർക്കും ബാധകമായ സംരക്ഷണ നിയമങ്ങൾ ഉൾപ്പെടെ അറിഞ്ഞിരിക്കേ നിയമങ്ങൾ മനസ്സിലാക്കുക.

4.3 മനുഷ്യാവകാശ സംരക്ഷണത്തിനായുള്ള സംഘംചേരൽ, സമാന സംഘടനകളുമായി ചേർന്ന് പ്രവർത്തിക്കാൻ ശ്രമിക്കുക

5.0 സാമൂഹ്യ തിന്മകൾ ക്കെതിരെയുള്ള പോരാട്ടവും മൂല്യാധിഷ്ഠിത സമൂഹവും.

5.1 ബോധവൽക്കരണ സെമിനാറുകൾ സംഘടിപ്പിക്കുക. മാതൃകാ കുടുംബങ്ങൾ, നല്ല മാതാപിതാക്കളാവുക, നേതൃത്വപാടവം, സമൂഹ മാധ്യമങ്ങളും ഓൺലൈൻ വഴിയുമുള്ള പീഡനങ്ങൾ, കുറ്റകൃത്യങ്ങൾ, കളികൾ, ലഹരി, ഇന്റർനെറ്റ് തുടങ്ങിയവയോടുള്ള ആസക്തിയിൽ നിന്ന് വിടുതൽ, ഇങ്ങനെയുള്ള വി വിഷയങ്ങൾക്കു പരിശീലനം നൽകാം.

5.2 ഗൈഡൻസ് ആൻഡ് കൗൺസിലിങ് സൗകര്യങ്ങൾ നൽകുക.

ഇടവകകൾക്ക് ചെയ്യാൻ കഴിയുന്ന പ്രവർത്തന മേഖലകളെ പ്രധാനമായും അഞ്ചായി തരം തിരിക്കാം.

1) കരുതലിന്റെ ശുശ്രൂഷ (Caring and Sharing Ministry) : ആത്മസംഘർഷങ്ങൾ അനുഭവിക്കുന്നവരെ ചേർത്തു പിടിക്കയും രോഗികൾക്കും വയോജനങ്ങൾക്കുമായി പ്രത്യേക പരിപാടികൾ ആസുത്രണം ചെയ്യുക.

2) പ്രകൃതി സംരക്ഷണവും ഹരിത ഇടവകകളും (Ecological Concerns and Green Church) : പ്രകൃതി സൗഹാർദ്ദ കൃഷി രീതികൾ, മാലിന്യ നിർമ്മാർജ്ജന പരിപാടികൾ, പ്രകൃതിസംരക്ഷണ പരിപാടികൾ എന്നിവ ആവിഷ്കരിക്കാം.

3) **ബന്ധങ്ങളുടെ പുനർക്രമീകരണം (Promote peace and Harmony)** : ഇടവകകളിലും വെളിയിലുമുള്ള കൂട്ടായ്മ കൾ ശക്തിപ്പെടുത്തുക, എല്ലാ മതവിശ്വാസികളോടും ചേർന്നു പ്രവർത്തിക്കുക, ഗ്രാമസഭ, കുടുംബശ്രീ, വായനശാല, മറ്റു ഗവണ്മെന്റ് സ്ഥാപനങ്ങൾ, പദ്ധതികൾ, ക്ഷേമപ്രവർത്തനങ്ങൾ എന്നിവയിൽ പങ്കാളികളാവുക.

4) **നീതി / മനുഷ്യാവകാശ പ്രവർത്തനങ്ങൾ (Justice and Human Rights initiatives)** : ജനകീയ പോരാട്ടങ്ങൾ, അവകാശ സംരക്ഷണ പ്രവർത്തനങ്ങൾ എന്നിവയിൽ പങ്കാളികളാവുക.

5) **മൂല്യാധിഷ്ഠിത വിദ്യാഭ്യാസവും സാമൂഹ്യ തിന്മകൾക്കെതിരെയുള്ള പ്രവർത്തനങ്ങളും (Value based society, fight against social evils)** : മയക്കുമരുന്ന്, ഇന്റർനെറ്റ് ഉപകരണങ്ങൾ മുതലായവയോടുള്ള ആസക്തി, ലൈംഗിക ചൂഷണം തുടങ്ങിയ സാമൂഹ്യ തിന്മകൾക്കെതിരെ പ്രതികരിക്കയും മൂല്യബോധമുള്ള തലമുറയെ വാർത്തെടുക്കുകയും ചെയ്യുക.

നിലവിലുള്ള ഘടനകളോട് ഒട്ടി നിൽക്കാനല്ല മറിച്ച് അവയുടെ രൂപാന്തരം സാധ്യമാക്കുകയാണ് നമ്മുടെ കർത്തവ്യം. വ്യക്തികളുടെ യേശുക്രിസ്തുവിലുള്ള രക്ഷയോടൊപ്പം സമൂഹത്തിന്റെ തെറ്റായ ഘടനകളുടെ പരിവർത്തനവും നമ്മുടെ ലക്ഷ്യമായിരിക്കണം. ഇതിലൂടെ യേശുക്രിസ്തുവിന്റെ ലോകത്തിന്മേലുള്ള കർത്തൃത്വമാണ് വെളിവാകുന്നത്. എല്ലാ വർക്കും സ്വാതന്ത്ര്യവും നീതിയും സമാധാനവും ഉറപ്പാക്കുന്ന വ്യവസ്ഥിതിയായിരിക്കണം നമ്മുടെയും ദർശനം. അങ്ങനെ ന്യായം വെള്ളം പോലെയും നീതി വറ്റാത്ത തോടുപോലെയും ഒഴുകട്ടെ" എന്ന ആമോസ് പ്രവാചകന്റെ (5:24) ദർശനം സാധ്യമാകാൻ ഇടവകകളായി നമുക്കും ഒരു സാക്ഷ്യ സമൂഹമായി നിലനിൽക്കാം.

MISSION OF THE CHURCH TODAY

Reni K. Jacob

Jesus himself became the good news by giving His life for the whole of humanity. The mission of the Church and Christians can never be anything other than the mission of Jesus Christ himself. The Church, as the body of Christ, cannot but continue and carry out on this earth, wherever it is located, the mission of Christ. At the heart of Christian Mission, therefore, is the cross, a symbol of the inevitable suffering, sacrifice, struggle, love, and servanthood, which characterizes the foundation of the Church's mission in Christ's way (ref: Mark 10:45, Luke 9:23). Therefore, the mission of the church is to become a sign and sacrament of the kingdom of God, not just by proclaiming but by becoming and living the good news.

Church and Salvation

For a long time in the history of the church, there prevailed the idea that salvation meant almost exclusively the salvation of the soul. It actually means salvation from death, sin, and hell. Missionary reports would speak primarily of so many thousands of souls saved. The main missionary task was the preaching of the word of God and the dispensing of sacraments, and everything else the missionary did was for 'material welfare' and was considered as 'Pre-evangelization'.

The current understanding of salvation, on the other hand, sees salvation as the liberation of the whole human being: from sin, death, hell, and everything that dehumanizes him, including oppression, exploitation, injustice, and poverty. The process by which this is to be achieved is by integral evangelization, which is the preaching of the gospel in the context of man's social, economic, and political context and enabling him to participate meaningfully in the decisions that define his destiny.

As we engage in the process of integral evangelization, we come to experience the strength of the poor to evangelize the evangelizers. We imbibe the values of the Kingdom of God as we go on struggling with the poor. The poor really have the power to evangelize the evangelizers who take God into the midst of the poor in the remote villages without knowing the fact that God is already present there in solidarity with them. We only have to walk with them and help the people to recognize the living God for themselves.

It seems that the concept of salvation is understood and interpreted in a very narrow sense by many Christian communities, without taking into consideration the totality of it. The idea of salvation has a lot of societal implications in its wider sense and hence Dr. M. M. Thomas stated that 'Salvation is a humanization process.'

Salvation and Faith (Acts 16:30-31). Paul told the jailor, 'Believe in the Lord Jesus and you will be saved—you and your family.' Individual confession that Jesus is the Lord is the most important element of salvation.

Salvation and Social Responsibilities (Luke 19:1-9). The assurance of salvation is offered to Zacchaeus at the moment at which he decided to become upright in his attitude – his attitude towards his wealth and his brethren.

Social Dimension of Salvation (Luke 4:18-19). The Nazareth manifesto openly declares the mission of Jesus as bringing good news to the poor, proclaiming liberty to the captives, recovery of sight to the blind, setting free the oppressed, and announcing the Lord's time to the people. If the mission of the Lord is this, then this also can be the mission of His followers. We are saved to continue this mission which the Lord has already inaugurated.

Individual Salvation and Institutional Transformation

Over the years, we have put individual salvation at the centre of the Gospel, leaving out the redemptive plan of God for all creation. All things were created in Christ and for Him. The Gospel message is a message of reconciliation of all things in heaven and earth, which includes not only us as individuals but the church, communities, nations, and creation! Over-emphasizing the individual, as important as this, results in an image of the church as a container for souls, rather than a living demonstration of the transformation that God intends for the whole of creation.

Jesus turned against the money changers as a group, not as individuals, and drove out not only those who 'sold' but also those who 'bought' (Mark 11:15-19). In fact, he was questioning the whole system and was not simply acting against individual merchants. Immediately after that, 'the blind and the lame came to him in the temple, and he healed them' (Matthew 21:14). Christian discipleship demands that the ministry of healing and the mission against institutions that perpetrate injustice go together.

We see Jesus in his engagements with people touching the wounded psyche of those in the margins, healing the sick, bringing those in the margins to the centre and make them heroes. What we usually ignore is that while healing the sick He engages in discourse with the people around, the oppressors and perpetrators and heal them too by reminding them of their responsibilities and the need to place the spirit of the law as prime importance.

In the present day, individual salvation and institutional transformation are very much dichotomized. It is important for us to see the individual's healing and transformation of the systems with equal importance. We need to see that a culture of salvation prevails in the church and society.

The Gospel message always integrates faith and obedience, and hence we need to ask ourselves, can we really believe the Gospel and not live it out? One of the biggest obstacles to sharing the Good News is the scandal that many who profess to believe show no evidence of living this belief out. The world then looks on and calls us hypocrites, and our message lacks authenticity and integrity. Theologian Karl Rahner said, "The number one cause of atheism is Christians. Those who proclaim God with their mouths and deny Him with their lifestyles is what an unbelieving world finds simply unbelievable." We need to remember that our calling is to transform the world by creating a counter-culture of life, against the powers of sin and death.

The following are excerpts from Prayer Focus - Micah network: "Up to now, we have almost entirely emphasized personal sin, with little notion of what John Paul II rightly called "structural sin" or "institutional evil."

There has been little recognition of the deep connection between the structures that people uncritically accept and the personal evil things they also do. The individual has usually received all the blame, while what Paul called the powers, the sovereignties, and the principalities (Romans 8:38, Colossians 2:15, Ephesians 3:10, 6:12) have gotten off scot-free for most of Christian history. We tend to demonize the individual prostitute, but not the industry of pornography at many levels. We tend to hate the greedy person, but in fact, we idealize and try to be a part of the system that made them rich.

For example, people tend to support and even idealize almost all wars that their country wages. In fact, few things are more romanticized than war, except by those who suffer from them. At the same time, we rail against violence in the streets, the violence of our young people, and the violence on the news every night. We are slowly learning that we cannot have it both ways. If violence is a way to solve international problems, then it is a way to solve problems at home too. We can't say "it's bad here but it's good there." We know how to name individual sin and evil, but we do not know how to name corporate sin and evil. We have ended up with a very inconsistent morality, which few take seriously anymore or even know how to follow. That is why we need a consistent ethic of life. Personal sin and structural sin. (Adapted from Prayer focus - 11/03/13 Micah Network prayer@micahnetwork.org).

Salvation and Environment/Nature (Romans 8:21)

All creatures groan with pain, like the pain in childbirth, to be set free from their slavery to decay and to share in the glorious freedom of the children of God. The whole of creation is longing for a total transformation in the kingdom of God. We read in Mark 16:15, 'Go ye into all the world and preach the gospel to every creature.' Hence, salvation is for the whole world.

Theologians, mission leaders, and development practitioners from across India met at the outskirts of Chennai, Tamil Nadu, from 10 to 12 February 2014. This National Christian Leaders' Consultation was organized by EFICOR, World Vision India & EHA to discuss our mandate on Creation Care. Their declaration on creation care starts with confession statements and commitments; "We have destroyed forests, many species, contaminated water, earth and air – often irreversibly. We have served our selfish lifestyles with over-consumption, uncontrolled industrialization and rampant exploitation of natural resources. This has contributed to the current global environmental crisis that has affected the poor and vulnerable the hardest and put ourselves and future generations at risk. Therefore, we commit to:

- Bear witness to God's redemptive purpose for all creation.

- Intercede before God for those most affected by environmental degradation and climate change, and for those who cause this harm, acting with justice and mercy.

- Restore and build just relationships among human beings and with the rest of creation.

- Change our lifestyle to live sustainably, rejecting consumerism and reducing our carbon footprint.

- Stand and act in solidarity with the churches across India in acting on their environmental commitments.

- Join with individuals, agencies and People Movements to call on local, national, and global leaders to meet their responsibility to address climate change and environmental degradation.

- Encourage the development of new, environmentally friendly, non-exploitative clean technologies and energy sources and to provide adequate support to enable poor, vulnerable and marginalized groups to use them effectively.

• Develop and promote evangelical theological engagement on caring for creation as Mission; and take our role as part of the redemption of creation.

• Encourage and work with local churches to engage in environmentally active outreach."

All development students would benefit greatly from first studying and reflecting on the letter written by Seattle, the Native American leader, to Franklin Pierce, 14th President of USA in 1852. When President Franklin Pierce wanted to buy land owned by Native Americans, Seattle replied, 'Can land be sold? How can you buy or sell the sky? She is our mother. The freshness of the air, the sparkle of the water, the shadow of the trees and the right of birds to make a nest on a tree, can that be sold? The chirping of the birds, humming of the insects and the air we commonly share, can the land be sold? The earth does not belong to man, man belongs to the earth. We love the earth as a newborn loves its mother's heartbeat. The earth is precious to us. It is precious to you too. One thing we know, there is only one God, no man, red or white man, be apart, we are all brothers; we are all one tribe, the human tribe.' Reflection on this letter deepens the cosmic and spiritual dimension of our understanding of development.

Mission Development and Justice

God is the God of Justice, who seeks to establish justice in the world. With Abraham and Sarah, God began a community that was meant to demonstrate justice. When justice is denied to his people, He intervenes in history and restores justice, as seen in examples like the Exodus—Liberation of the Israelites from slavery. "For the Lord your God is God of Gods and Lord of Lords, the great God, the mighty and the terrible God. He executes justice for the fatherless and the widow and loves the sojourner, giving him food and clothing" (Deu.10:17-18 RSV).

Christian mission in our world today is understood as working for justice for all people. Peace in the whole world and the integrity of all creation are the revealed will and purpose of God in Christ (Francis Dayanada T. Ed).

Jesus emphatically announced the Kingdom of God. His message brought good news to the poor. The Kingdom of God is an inclusive society where widows, orphans, aliens, and those who were socially ostracized are full and central members. It was a call for a reversal of the social order of the day. Instead of respecting the powerful and the rich, the Kingdom of God called for upholding the rights of the marginalized. The idea of the kingdom as taught by Jesus was a critique of the powers and principalities of his day. God is King and Lord because he executes justice for widows, loves orphans, and gives food and clothing to refugees (Deut.10. 17, 18). The

Kingdom of God will protect the weak and the powerless (Moses, Manohar: P. Ed.,).

Poverty is sin and injustice. Hence any effort to alleviate poverty should be understood as the mission entrusted to us by our Lord in liberating people from all forms of sin—poverty, injustice, and all dehumanizing social, economic, and cultural situations. Poverty is mainly caused by the evil that people do to each other, to themselves, and their environment. Efforts may be taken to find out the causes of poverty and the ways and means to tackle them in the context of the area of our work.

Development is a process of 're-peopling the de-peopled.' We should accept the worth and dignity of each individual and listen to them genuinely and sincerely. As Mother Theresa said, 'We may be short of funds but never of love.'

The majority of Indians are kept away from the mainstream of social, economic, and political life in the country. People should be given the right to make decisions pertaining to themselves and their community because change is effective only if it comes from within. The forces that cause and perpetuate poverty operate on global, national, local, and personal levels. Every local issue has to be understood in its national and global perspective. We have to think globally and act locally.

Development is a humanization process, seeking to create a new social order based on the pillars of human welfare and social justice. According to the UN

Commission on Environment and Development, sustainable development is 'that which meets the needs of the present without compromising the ability of future generations to meet their own needs.' The development process, whatever the context, should consider the ecological and cultural dimensions with special focus on Dalits and women. People should ultimately own the development process with a cosmic vision that all are brothers and sisters and children of one God.

The Christian perspective on development suggested by the Christian Conference of Asia is that 'Development is participation in God's redemptive plan for mankind.' With the fall of man, he was alienated from God, others, nature, and himself. Hence restoration aims at bringing him back to the original position where man enjoys fellowship with God, others, and nature. He should be at peace with himself too.

The tendency to keep development processes secondary to 'spiritual activity' is not, in fact, biblical. In the parable of the Good Samaritan (Luke 10.25-37), the lawyer raises the most spiritual question one can ever ask, 'what shall I do to inherit the kingdom of God?' The answer which Jesus affirms is 'Love God and love your neighbour.' If the question is spiritual, the answer cannot be otherwise. Hence we should understand that loving our neighbour is a spiritual activity.

There are three approaches to development in the context of evangelisation of the church today: They are - Development process as a medium of evangelisation,

Development efforts as an expression of evangelisation and Development process and evangelisation are inseparable and complimentary.

The third approach to evangelisation is understood as not just proclamation but the actualization of a better life becoming the holistic good news. The mission of the church today is to witness the Lord by our own lifestyle, by becoming a sign and sacrament of the kingdom of God. As stated in Matthew 5.16, 'your light must shine before people so that they will see the good things you do and praise your father in heaven.' "To give only... spiritual content to God's action in man or to give only a social and physical dimension to God's salvation are both unbiblical heresies." Samuel Escobar.

Below is a resolution adopted by the Lausanne Covenant on Christian Social responsibility (http://www.lausanne.org/en/documents/lausanne-covenant.html):

"We affirm that God is both the Creator and Judge of all men. We, therefore, should share his concern for justice and reconciliation throughout human society and for the liberation of men from every kind of oppression. Because mankind is made in the image of God, every person, regardless of race, religion, colour, culture, class, sex, or age, has an intrinsic dignity because of which he should be respected and served, not exploited. Here too we express penitence both for our neglect and for having sometimes regarded evangelism and social concern as mutually exclusive. Although reconciliation with man is not reconciliation with God, nor is social action evangelism, nor is political liberation salvation, nevertheless, we affirm that evangelism and socio-political involvement are both part of our Christian duty. For both are expressions of our doctrines of God and man, our love for our neighbour and our obedience to Jesus Christ. The message of salvation implies also a message of judgment upon every form of alienation, oppression, and discrimination, and we should not be afraid to denounce evil and injustice wherever they exist. When people receive Christ they are born again into his kingdom and must seek not only to exhibit but also to spread its righteousness in the midst of an unrighteous world. The salvation we claim should be transforming us in the totality of our personal and social responsibilities. Faith without works is dead."

Present Context in India

India is an economic superpower, with plans to go to Mars and to become a permanent member of the UN Security Council. At the same time, we are the world capital of hunger and malnutrition. The Global Hunger Index ranked India in the 111th position out of 125 countries in 2023. The gap between rich and poor is widening day by day. In accordance with the Human Development Report 2021-22, the rank of India is 132nd, among 191 countries. This means that our courtyard is beautiful, but the backyard is stinking.

The greater the investment in infrastructure and industrial development, the greater the disparity between rich and poor. Disparities are also enormous among the different geographical regions, between social groups, between income groups, and between men and women. The present economic growth model leaves behind many, including children, women, and tribal populations. Though inclusion is the buzzword of the government, exclusion is the reality. The poverty gap in India is ever-widening, and disparity is what we see all around.

India is very progressive in having rights-based policies such as the Right to Information Act [RTI] 2005, Right to Education Act [RTE] 2009, etc. However, there are no proper budgetary provisions for these policies, nor the capacity to implement them. Rampant corruption, poor absorption capacity of states, and poor governance are major issues pushing development to the back seat.

We live in a world of injustice where the victims of injustice are the materially poor—those who have little or no control of economic resources and therefore also little or no control of the decision-making processes that affect their lives. Our commitment to the Kingdom of God leads us to care about the options for the poor. As we are aware of the economic and political structure and its implications, we can no longer limit our concern for the poor to aid and dole outs, but we have to come to grips with the structural obstacles that keep the poor in material poverty. The depth of our concern is measured by our willingness to confront these obstacles and bring about significant structural changes.

Empowering children and communities to enhance governance accountability and transparency at district, state, and national levels is the need of the hour. People should address the issues of corruption and poor governance by knowing their rights and entitlements and encouraging system activation.

In order to accomplish all of this, India should have development indicators to measure things such as stunting and wasting of children, quality education for all children, and quality of family life, instead of merely per capita income and GDP growth.

Ideas of justice need to be rooted in ethics. Our involvement in justice issues demands personal discernment on the concepts of justice and ethics. Evictions of slum dwellers and displacement of tribals from their homelands are taking place in the name of industrial growth. Many of these actions happen within the parameters of rules and government orders and are usually unethical since the rules are made by the rich and powerful. The tribal and the scheduled class community continue to support extremism due to injustices suffered by them over many generations. The unholy alliances between politicians, bureaucrats, and the private sector need to be broken. We need to consider our stand as a Church when it comes to issues like this, which have an ethical dimension.

CHRISTIAN DALITS- THRICE ALIENATED

The Dalit Christians are thrice alienated in the society. The Government is not ready to treat them as a group eligible for the constitutional protections such as reservation enjoyed by their Hindu counterparts even though the problems faced by both of them are the same. The Hindu Dalits discriminate against them as they belong to a different religion and oppose their struggle for social justice. The upper-caste Christians also discriminate against them vehemently on the basis of caste, and hence they are thrice alienated by the government, society, and the Church.

Traditionally it is believed that the Church in Kerala was founded by St. Thomas. The first converts were Brahmins. Later, by the work of CMS Missionaries and Syrian Christians, a lot of so-called backward people embraced Christianity. Many of them were converted to Christianity with a hope to live in equality with Christians. But the Syrian Christians of Kerala consider the newly converted Christians as low castes. Their social contact with converted Christians is meager. The Syrian Christians consider themselves as those who belong to the upper castes. The Caste Christians are provided with separate centers of worship. The older generation seldom worships with them. The younger generation of the Syrian Christians has developed a more positive attitude so far as the caste Christians are concerned. Economic progress would perhaps bring about a change in the attitude to one another. Mainline churches have separate chapels for backward class Christians. There are a few churches like Salvation Army, Church of God-B Division, CMS Anglican Church, and a few independent churches, which have only backward class people as members.

Role of the church

Despite the majority of the membership of the church consisting of the marginalized, it has been primarily serving the interest of the elite and the upper class through the educational, medical, and other institutions. The church generally reflects the culture and values of the dominant system. Unless a structural change in the life of the Indian Church will not follow, it will be impossible to play the role assigned by Jesus Christ to preach the good news to the poor, offer release to the captives, recovering the sight to the blind and enable liberation to the oppressed or Dalits. The Churches in India are caught in institutional concerns though seem to pay lip service to Dalit issues. People's issues are left to special departments/agencies and availability of foreign funds.

Culturally, socially, and economically inclusiveness is still a dream though attainable. The concern of the people is to be included in this process as partners and not just as onlookers. The call to the church is to take up the challenge of poverty (dalitness) as an expression of love and solidarity with the Dalits. The church in India has even today not evolved a theory and practice to oppose the forces of injustice, feudal elements, casteism, gender inequality, and religious fundamentalism. The Churches in India must make use of the progressive ideas of liberation much more seriously and effectively (NCC Review .Nov 2006).

Instead of fighting for the rights and privileges of the Church by projecting itself as the microscopic minority, the church should respond to the larger problems of the poor and the downtrodden. The church needs to question the caste problems within itself and in society. The Church should be a credible voice to engage power centers to address inequities both nationally and globally, and to influence stakeholders, power centers, corporates, donors, state and national governments by advocating for the rights of the marginalized, to address the gap between the poor and the non-poor. It is imperative for the Church to mobilize collective voice and action, to address the long-standing issues of poverty, inequality, marginalization, and other impending issues such as drastic climate breakdown.

The Church can and should inspire and strengthen community-led movements to inform and influence the issues of hunger, malnutrition and childhood illnesses, education and child protection and participation at state and national levels. Such local level movements also need to be connected with national movements. The church should regain its original character of the church of the poor; symbols, theology, paradigms, and praxis ought to emerge making the church, the church of the poor in India.

Conclusion

According to Rev. Dr. E. C. John, former principal of UTC Bangalore, "Our experiences of working with people should ultimately lead us to the realization that seeking to provide bread for the poor and giving the heavenly bread at the Lord's table are expressions of the same spirituality, which should not be held in separation."

The Gospel needs to be heard and seen. When we narrow our focus on the former, we reduce the Gospel to an "otherworld" dimension and lose sight of the here and now. Similarly, if we focus on the latter, we become social workers, but the transformational work of God is limited. Without the proclamation of Jesus as Lord, there is no integral Gospel, and without an integral Gospel, there is no integral mission.

As followers of Jesus and members of the church, we should live justly and seek justice. There is no option for non-involvement in this case. Our involvement should be a sign of God's salvation upon our lives and of our desire to empower people towards an understanding of His justice. This demands that we work not only with the victims of injustice but also with the persons responsible for such acts of injustice, to establish His kingdom marked with justice in this world. God's call is to establish righteousness where there is unrighteousness; love where there is hatred; unity where there is division; and peace where there is war.

References

- Prayer Focus -11/03/13 Micah Network (prayer@micahnetwork.org)
- Moses, Manohar: P. Ed. Church Towards Understanding Mission Witness, (Kingdom of God, the test of the Church) ICSA/ISPCK 2002
- Francis Dayanada T. Ed. The Good News of Jesus Christ in the Indian Society, Article by The Rt Rev. Dr.Azariah .M, Church and its Mission in a secular and pluralistic society, CLS, Chennai 2000.
- Lausanne Covenant on Christian social responsibility. http://www.lausanne.org/en/documents/lausanne-covenant.html
- Letter written by Seattle to President Pierce http://www.csun.edu/~vcpsy00h/seattle.htm
- NCC Review .Nov 2006
- Sail, Rajendra,.K. and Sail, Akshay; Ed. Selected Speaches on Church and Society (Bishop George Ninan K) Bombay urban Industrial League for Development (BUILD) Raipur Churches development and Relief committee (RCDRC) 1999.

മണ്ഡപത്തിലച്ചൻ - ഒരനുസ്മരണം

മണ്ഡപത്തിൽ അച്ചൻ എന്ന പേര് അപരനാമത്തിൽ അറിയപ്പെട്ടിരുന്നു പി.ഐ.ജേക്കബ് കശ്ശീശ്ശാ 98 വർഷത്തെ ജൈത്രയാത്രയുടെ അന്ത്യം കുറിച്ചു കൊ ് ജൂലൈ 6 ന് തിങ്കളാഴ്ച നിത്യസ്വസ്ഥതയിൽ പ്രവേശിച്ചു. ''പാവങ്ങളുടെ പിതാവ്, 'ജാതികളുടെ അപ്പോസ്തോലൻ' എന്ന പേരുകൾ തന്റെ ജീവിതത്തിന്റെ പര്യായങ്ങളായിരുന്നു.വാങ്ങുതിനേക്കാൾ കൊടുക്കുന്നത് നല്ലതെന്ന് അദ്ദേഹം പൂർണ്ണമായി വിശ്വസിച്ചിരുന്നു. ഉതമായ ദർശനത്തിന്റെ ഉടമയായിരുന്ന അദ്ദേഹത്തിന് യാതൊന്നും അപ്രാപ്യമോ അഗമ്യമോ ആയിരുന്നില്ല. കരുത്തന്മാരുടെ കറുത്തഹസ്തങ്ങൾ ഭയന്ന് മലകളിലും ഇതര സങ്കേതങ്ങളിലും അഭയം പ്രാപിച്ചിരുന്ന അക്കാലത്തെ 'തൊട്ടുകൂടാത്ത' പാവപ്പെട്ടവരുടെ ചെറ്റക്കുടിലുകളിൽ അച്ചൻ പ്രവർത്തന സ്മരണികെ ത്തി. പാവങ്ങളുടെ രക്ഷകനായ യേശുക്രിസ്തുവിന്റെ നാമത്തിൽ അവർ അച്ചനെ സ്വാഗതം ചെയ്തു. ആ ജനത യേശുവിനെ കെ ത്തി. അവരാണ് മാർത്തോമ്മ സഭയിൽ ഇന്ന് പുതിയ ഇടവകകളായി അംഗങ്ങളായി അംഗീകരിക്കപ്പെട്ടിരിക്കുന്ന സഭാ ജനങ്ങൾ.

ഈ 'ചെറിയ മനുഷ്യനിൽ ഒരു വലിയ മനുഷ്യൻ' കുടികൊ ിരുന്നു, യേശുക്രസ്തുവിന്റെ പ്രതിച്ഛായ. മഹാനായ വില്ല്യം കേറി ചെറിയ മനുഷ്യനായിരുന്നു. അദ്ദേഹം ഏഷ്യയുടെ അപ്പോസ്തലനായതു പോലെ ബഹു.അച്ചൻ പാവങ്ങളുടെ അപ്പോസ്തോലനായി കേരളത്തിന്റെ മലയോരങ്ങളിലും ജലതടത്തിലും സഞ്ചരിച്ചു. സ്ത്രീ ജനങ്ങളുടെ ഇടയിൽ ശ്രീമതി കാ മ്മയും പുരുഷന്മാരുടെ മദ്ധ്യേ മണ്ഡപത്തിലച്ചനും ഒരു പോലെയാണ്. ഓർത്തഡോക്സ് സുറിയാനി സഭയിലെ കാലം ചെയ്ത പത്രോസ് ഒസ്താത്തിയോസ് മെത്രാപ്പോലീത്തയായിരുന്നു ആ സഭയിൽ മണ്ഡപത്തിലച്ചന്റെ പര്യായം.

ഒരു നൂറ്റാ േ ാളം ജീവിതത്തിലൂടെ ക്രൈസ്തവ ചൈതന്യം പ്രസരിപ്പിച്ച ബഹു. അച്ചൻ പട്ടക്കാരുടെ പഴയ തലമുറയിലെ ഒടുവിലത്തെ ഇതളായിരുു. അതും കൊഴി ഞ്ഞു വീണു. എന്നാൽ അദ്ദേഹം ചരിച്ച കർമ്മസരണീ അനുസ്യൂതം തുടരുന്നു. മാർത്തോമ്മാ സഭയിലെ പാവ പ്പെട്ട ജനതയിലൂടെ പ്രത്യേകമായും ഇടവകകളായി പ്ര ഖ്യാപിക്കപ്പെട്ട സഭാജനങ്ങളിലൂടെ അവരുടെ ഉന്നമന ത്തിനും വികസനത്തിനും സഭയുടെ പ്രവർത്തന പദ്ധതി യിൽ മുൻതൂക്കം ഉ ാകണമെങ്കിൽ അച്ചൻ തുടങ്ങിയ വേല ഫലപ്രാപ്തിയിലെത്തും. അച്ചന്റെ തീക്ഷ്ണതയോ ടെ, പ്രതിബദ്ധതയോടെ, മനുഷ്യസ്നേഹത്തോടെ പ്രയ ത്നം തുടരുകയാണ് വേ ത്. അതിനായി സഭയിൽ മണ്ഡപത്തിലച്ചന്മാർ ഉ ാവട്ടെ. പാവങ്ങളുടെ ശരണവും യേശുക്രിസ്തുവിന്റെ സ്നേഹിതനുമായ ആ മഹാനു ഭവന്റെ സ്മരണയ്ക്ക് മുമ്പിൽ ആദരാഞ്ജലികൾ.

ബഹു.അച്ചന്റെ ശവസംസ്ക്കാര ശുശ്രൂഷ 1987 ജൂലൈ 7 ന് രാവിലെ 11 മണിക്ക് അഭിവന്ദ്യ ഫിലിപ്പോസ് മാർ ക്രിസോസ്റ്റം സഫ്രഗൻ മെത്രാപ്പോലീത്തായുടെ നേതൃത്വ ത്തിൽ ഈശോ മാർ തീമൊഥെയോസ്, സഖറിയാസ് മാർ തെയോഫിലസ് എന്നീ തിരുമേനിമാരുടെയും ഒട്ടനവധി പട്ടക്കാരുടെയും ജനങ്ങളുടെയും സാന്നിദ്ധ്യത്തിലും പുത്തൻകാവ് മാർത്തോമ്മ പള്ളിയിൽ നടത്തി. തദവസര ത്തിൽ മി.കെ.എം.ചാക്കോ, റവ.ജോർജ്ജ് അലക്സാ ർ, റവ.ഡോ.കെ.വി.മാത്യു, സഫ്രഗൻ മെത്രാപ്പോലീത്താ തി രുമേനി എന്നിവർ ചരമ പ്രസംഗങ്ങൾ ചെയ്തു.

മക്കളോടും കൊച്ചുമക്കളോടും ഒപ്പം

ബേബിച്ചൻ, ഭാര്യ ദീനാമ്മ   കൊച്ചുമക്കളോടൊപ്പം

ഒരു പഴയകാല ചിത്രം   കുടുംബവീട്

റവ. പി.ഐ. ജേക്കബ് & മറിയാമ്മ ജേക്കബ്

മക്കളോടൊപ്പം
ബേബിച്ചൻ, ചിന്നമ്മ, മേരിക്കുട്ടി, കുഞ്ഞുകുഞ്ഞ്

റവ. പി.ഐ. ജേക്കബ്

മക്കളോടും കൊച്ചുമക്കളോടും ഒപ്പം

www.ingramcontent.com/pod-product-compliance
Lightning Source LLC
LaVergne TN
LVHW061616070526
838199LV00078B/7301
* 9 7 8 9 3 5 9 8 9 8 3 8 4 *